Að ná tökum á áhrifum - Myrk leyndarmál sannfæringarkrafts og hugarstjórnunar

Að ná tökum á áhrifum -Dark Secrets of Persuasion and Mind Control

I J Nayak

Indlandi
2023

INNIHALD

Tungumál og hugsun eru órjúfanlega tengd. Platon, forngrískur heimspekingur lagði til að við upplifum aðeins raunveruleikann í gegnum tungumálið; Wilhelm von Humboldt taldi tungumál grundvöll hugsunar; þessar hugmyndir voru formgerðar í Sapir-Whorf tilgátuna sem fullyrðir að uppbygging tungumáls hafi áhrif á hvernig ræðumenn hugsa; skýrt dæmi er hvernig fjöldi orða sem er tiltækur til að greina liti hefur áhrif á hvernig ræðumenn skynja liti - þessi hugmynd að takmörkuð orð takmarka og miðla vitrænu vali er eitthvað sem áhrifamiklir stjórnendur nota sér til framdráttar á meðan þeir leiða þá inn á þessa hugsunarbraut er mikilvægt og almennt tekið upp. með tímanum af heimspekingum eins og Humboldt líka.

Nítján áttatíu og fjórir eftir George Orwell var áhrifamikil bók sem lagði áherslu á fasískar stjórnarstofnanir sem nota orðræðuaðferðir sem hluta af stjórn sinni, sem starfa af stjórnunarkrafti til jafns við hvern sem er sjálfhverf narsissisti eða ástríðufullur sósíópati. Þessi bók heldur áfram að vera kennd í amerískum skólum og einn af stærstu áhrifum hennar var að sýna hvernig málnotkun á sér stað; sérstaklega með því að kynna Newspeak sem tungumál stjórnvalda. Newspeak leyfir valdinu að breyta grundvallarhugtökum og skynjun okkar á raunveruleikanum með því að takmarka málnotkun. Fólk sem notar það skynjar aðeins ákveðin atriði á meðan það vanrækir eða vinnur ekki úr öllu sem gæti talist óviðeigandi. Einfaldlega sagt skilgreinir Newspeak raunveruleikann fyrir borgara sína með því að takmarka tungumál. Í framhaldi af því verður einstaklingseinkenni næstum ómögulegt þegar tungumál takmarkar talmöguleika til að tjá sig - lýsingarorð eru til dæmis einfölduð í óhagstæð lýsingarorð sem koma í veg fyrir að einstaklingar tjái blæbrigðaríkar hugsanir um eitthvað sem er utan skilningssviðs þeirra og kemur í veg fyrir að blæbrigðarík hugsun sé tjáð frjálslega. Þetta gerir stjórnvöldum kleift að endurskipuleggja raunveruleikann eins og viðfangsefni þeirra skynja með þröngar skilgreiningar sem takmarka val í boði fyrir sjálfstjáningu - svipað og stjórnmálaflokkar takmarka oft málmöguleika sem takmarka valkosti sem endurgera raunveruleikann fyrir alla hlutaðeigandi.
Þeir nota orð til að skapa skautaða hugsun og bæta við túlkunarlögum innan orðanna sjálfra, svo sem að kalla kynferðislega kynlífsglæpi. Á bakhlið þessarar myntar eru nauðungarvinnubúðir sem kallast „gleðibúðir" sem benda til jákvæðra eiginleika við það sem annars ætti að vera neikvæð reynsla - allt til þess ætlað að tryggja hlýðni. Þessi aðferð nær einnig til ríkisdeilda sem nefnd eru í slíkum tilgangi: Ástarráðuneytið framfylgir lögum og innheimtir refsingar á meðan friðarráðuneytið heyja stríð á meðan Sannleiksráðuneytið virkar sem áróðursarmur fyrir viðkomandi greinar - gefur þeim trúverðugleika innan sinna raða.

Það eru fullt af dæmum um að embættismenn noti endurskipulagningaraðferðir sér í hag. Í forsetakosningunum í Bandaríkjunum 2016 komst frambjóðandinn Donald Trump í fréttirnar þegar hann endurskilgreindi „falsfréttir", heiti sem venjulega er notað á síður sem dreifa röngum fréttum á samfélagsmiðlum, til að vísa til raunverulegra almennra fréttaheimilda í staðinn. Að endurflokka raunverulegar fréttaheimildir sem falsfréttir hafði vissulega fréttaskýringar. Þegar pólitískir leikarar nota orðasambönd eða orðasambönd sem vegsama hlið þeirra eða svívirða aðra, eru orðræðutilraunir þeirra að beita áróðursaðferðum til að reyna að takmarka vitræna val innan áhorfenda sinna og reyna að takmarka vitræna val sem áhorfendur þeirra gera aðgengilegar.

Í hvað er hægt að nota þessi verkfæri í sambandi eða vinnustað? Við höfum þegar séð dæmi, í Guð, djöflinum og Charisma seríunni okkar. Orðrænt val getur leitt í ljós svar sem er ósagt.

Sociopaths, psychopaths, narcissists og svipaðar afbrigðilegar persónuleikagerðir beita mörgum tungumálaaðferðum til að ná yfirhöndinni í hvers kyns samningaviðræðum sem þeir taka þátt í við fórnarlömb sín. Þeir munu reyna að rugla, afvegaleiða eða á annan hátt svekkja skotmörk sín til að hafa stjórn á þeim - ein aðferðin sem notuð er er málnotkun - þannig að það gæti verið þess virði að rifja upp dæmigerð orðaval og orðræðuform þessara stjórnunarpersóna frá umræðu okkar áðan; við munum einnig einbeita okkur að því hvernig þessar aðferðir geta komið fram í raunverulegum aðstæðum þar sem fórnarlömb taka þátt þegar við tölum í gegnum mögulegar lausnaraðferðir þegar við hittum einhvern svipaðan sem notar málnotkun gegn öðru fórnarlambinu - við munum einbeita okkur að því að ræða hvernig þetta gæti litið út; við munum almennt ræða hversu áhrifaríkar þessar aðferðir gætu virkað gegn okkur öllum þátttakendum;
Samskiptatækni sem oft er notuð í mannlegum samskiptum getur líka farið yfir í viðskiptaaðstæður.

Byrjaðu hér til að skilja nokkrar af lykilsetningunum sem sósíópatar nota - þeir sem eru með tilfinningalega aðskilinn persónuleika sem geta af ástríðu fylgst með eigin hagsmunum í óhag annarra, oft sakað andstæðinga sína um að bregðast of mikið við - þegar þeir ræða aðstæður við þá. Jafnt félagsfræðingar og geðlæknar nota oft orðasambönd eins og þessa til að færa fókusinn frá hvaða vandamáli eða aðstæðum sem er og leggja byrðarnar á fórnarlambið sjálft, sem fær þá til að halda að allt sem var pirrandi væri í raun ekki svo stórt mál í upphafi. . Sociopaths nota oft þessa aðferð sem áhrifaríka leið til að binda enda á samtöl fljótt og ógilda tilfinningar skotmarka þeirra. Önnur tegund ógildingar felur í sér að segja fórnarlambinu að það sé fáránlegt; annars konar höfnun með meinari dómgreind. Ekki aðeins hefur þú rangt fyrir þér eða ofviðbrögð; þú hagar þér líka órökrétt - það er margt hægt að segja með örfáum orðum!

Sálfræðingar nota svipaðar aðferðir, með smávægilegum breytingum. Sálfræðingar gætu sakað þig um að „ofgreina", áhrifarík aðferð sem notuð er til að koma fljótt úr jafnvægi í aðstæðum. Geðrofstækir reyna oft að rugla saman skotmörk sín með því að gefa í skyn að þeir séu að verða geðveikir eða sleppa. Þegar þú bregst við þessum tilraunum, munu þeir einfaldlega leggja það niður með ásökun um ofgreiningu - allt til þess ætlað að láta þig efast um hvort forsendur þínar hafi í raun verið réttar um allt. Geðrænir geta dregið sig til baka og sakað þig um að búa til „drama". Aftur þjónar þessi taktík til að snúa taflinu við. Jafnvel þegar tilfinningar þínar um óréttlæti eru réttlætanlegar, munu þær endurskoða þær sem eitthvað sem er ekki í takt við raunveruleikann og reyna að vanvirða það sem hluta af rökræðunni. Geðlæknar eru sérfræðingar í gaslýsingu - tækni sem er sífellt algengari. Báðar fyrri aðferðir snerta þetta mál; en með fullri gaslýsingu mun geðlæknirinn halda því fram að þeir hafi aldrei sagt það sem þú veist að þeir sögðu; í ljósi þess að geðlæknar eru færir um flókna hegðun gætu þeir jafnvel náð þessari hegðun betur en nokkur okkar myndi vilja! Að blekkja sjálfa sig og aðra á lúmskulegan hátt til að trúa röngum staðhæfingum þeirra er oft nóg til að senda áfallbylgjur í gegnum fórnarlömb, sem fá þau til að efast um eigin skynfæri og jafnvel geðheilsu sína.

Narsissistar munu nota orðasambönd eins og: „Ég hef aldrei fundið fyrir þessu áður" til að ýkja tengingar á milli sín og fórnarlamba þeirra, en á sama tíma nota þetta til að koma á framtíðareftirliti og meðvirkni frá þeim. Þessi aðferð lætur fórnarlambinu ekki aðeins líða vel með sjálft sig, heldur er hún aðeins skref í átt að frekari stjórn og meðvirkni í framtíðarsamböndum. Narsissistar varpa oft veikleikum sínum á þá sem standa þeim næst og nota þessa aðferð þegar hlutirnir ganga ekki upp - í þessu tilviki getur það þýtt að saka maka sinn um að vera ofsóknarbrjálaður eða stjórnandi. Þegar hlutirnir fara ekki eins og þeir ætla að nota þá nota þeir slíkar ásakanir á maka sinn sem skiptimynt gegn þeim - dæmi um vörpun. Narsissistar hafa tilhneigingu til að vera stjórnandi og ofsóknarbrjálaðir sjálfir; með því að varpa þessum eiginleikum yfir á aðra, gætu þeir látið sér líða betur á meðan þeir valda óstöðugleika maka. Önnur aðferð gæti verið að benda til þess að þessi manipulator hafi aldrei upplifað þetta vandamál með neinum öðrum; þetta hjálpar til við að endurskipuleggja þannig að aðeins þú ert ábyrgur.

Í hverju dæmanna sem kynnt eru hér að ofan getur orðræðubreyting einnig falið í sér tungumál sem þjónar því hlutverki að ýta rökum þínum í eina eða aðra átt - orð eins og fáránlegt, ofsóknaræði og dramatík geta haft meira vægi en þú gerir þér grein fyrir. Vitsmunalega gætirðu vitað að það er rangt, en samt er erfitt að berjast gegn því að vera sakaður um að búa til drama þegar þú finnur fyrir uppnámi. Að útvíkka þessar aðferðir til annarra atburðarása ætti að reynast árangursríkt. Í vinnunni gæti sérhver vinnufélagi eða stjórnandi með lögmætar kvartanir á hendur starfsmanni með eitthvert af þessum persónuleikafrávikum auðveldlega fundið kvartanir sínar endurgerðar sem ofsóknarbrjálæði eða örstjórn, eða að "ég hef unnið þetta starf í mörg ár án þess að heyra þessar kvartanir áður", þannig að gefa í skyn að kvartanir þeirra sjálfar gætu verið vandamálið.

Þetta eru dæmigerð dæmi um hvernig sósíópatar, geðsjúklingar og narcissistar nota tungumál til að handleika. Þó að einstök orð geti verið mismunandi eftir því hver er að tala.
Við hvaða aðstæður sem er, sýna þessi dæmi hvernig öflugir einstaklingar nota tungumálatengdar aðferðir til að öðlast skiptimynt við ýmsar aðstæður.
Samskipti eru tæki
Eins og öll tæki geta samskipti verið notuð í mismunandi tilgangi. Hamar hefur eina aðalnotkun - að reka nagla í veggi; Klóenda hans þjónar viðbótarhlutverki - að draga út neglur. Þessir tveir eiginleikar verkfæra vinna saman, þar sem byggingarframkvæmdir eru oft megintilgangur þeirra. Hamar getur líka verið notaður til eyðileggingar - að brjóta rúður eða vera beitt gegn höfði einhvers þar sem vopn eru allir möguleikar - þó ekki það sem upphaflega var ætlað, en virkni hans hefur einfaldlega breyst eftir því hver notar hann.

Sumir kunna að spyrja þegar samskipti fara yfir í meðferð eins og samskipti séu til á litrófinu. Þannig virka samskipti einfaldlega ekki! Samskipti breytast ekki sjálfkrafa í meðferð þegar maður fer of langt í eina átt - frekar þjóna samskipti sem tæki sem reynir að hafa áhrif. Öll áhrifarík samskipti, sérstaklega formlegar samræður, byggja á orðræðutækjum. Sama hversu marga eða hverja þú notar til að uppfylla samskiptamarkmiðin sem þér eru sett, mun notkun þeirra ekki setja þig á leið í átt að því að líta á þig sem stjórnendur. Skilvirk samskipti í átt að jákvæðum eða altruískum markmiðum eru einmitt það: áhrifarík. Grikkir skildu þetta og sáu áhrifarík röksemdafærslu sem vísbendingu um sannleika. Ef sölumaður eða læknir virðir óskir þínar og vinnur með þær í huga, munu rök þeirra ekki jafngilda meðferð. Jafnvel þótt þeir sannfæri þig um að gangast undir lífsnauðsynlegar aðgerð þrátt fyrir ótta þinn um aðgerð, svo framarlega sem rök þeirra fyrir því voru færð heiðarlega.

Svo ef meðferð er ekki háð gráðum, hvenær fara samskipti yfir í meðferð? Svarið liggur í hvatningu - líkt við að nota hamar sem dæmi: þegar það er notað með einhvern annan ásetning í huga verður það móðgandi verkfæri eða vopn. Samskipti virka á svipaðan hátt. Meðhöndlun á sér ekki stað við einhvern þröskuld tækni sem notuð er eða skilvirkni notkunar þeirra; meðhöndlun á sér frekar stað þegar það er notað á ósanngjarnan hátt til að blekkja eða koma á framfæri dagskrá sem kemur í veg fyrir samskiptamarkmið þess. Rétt eins og samskipti geta verið bæði áhrifarík og árangurslaus, þá getur meðferð líka verið. Sumir einstaklingar eru einfaldlega árangurslausir í því, á meðan ákveðnir áhorfendur eru orðnir færir í að þekkja það. Ef einhver nálgast þig á götunni til að reyna að hagræða, og hann tekst ekki að sannfæra þig um annað, forðastu þá einfaldlega með því að ganga í burtu; þýðir það að þeir hafi ekki verið að reyna? Nei! Það sem svikarinn var að taka þátt í voru ekki bein samskipti eða heiðarleg sannfæring - frekar reyndi hann að hagræða en mistókst hrapallega. Stundum þarf aðeins að breyta einni breytu með því að nota sams konar aðferðir til að sannfærast um eða meðhöndla: hvöt ræðumanns. Í öðrum tilfellum geta tækni sjálfar verið í eðli sínu manipulative; eins og þær sem við ræddum í síðasta kafla. Hvers konar svik eða meðferð er í eðli sínu stjórnunarleg. Jafnvel þótt fyrirætlanir þínar væru góðar, jafnvel með sanngjörnum og áhrifaríkum aðferðum, myndirðu samt taka þátt í meðferð á einhverju stigi. Stundum gætir þú í raun haft einhvers konar jákvæða niðurstöðu í huga; Hins vegar, vilji þinn til að ljúga, leiðir í ljós dulhugsun. Vilji til að villa um fyrir er í sjálfu sér dulhvöt. Þetta getur orðið flókið, svo við skulum hafa þetta á hreinu: þegar hvöt þín fyrir niðurstöðu og taktík er jákvæð og sanngjörn, getum við flokkað samskipti þín sem sannfæringarkraft. Hvenær sem löngun þín er að skaða eða koma sjálfum þér yfir markmið þitt, villa um fyrir eða leika ósanngjarnt með samskipti á einhvern hátt, eða leika ósanngjarnt með samskipti, nær það þröskuldi sem hægt er að skilgreina sem meðferð.

Áður en við ræðum hvernig myrk sálfræði virkar og aðferðir hennar gegn þér, er nauðsynlegt að við skiljum fyrst nákvæmlega hvað þetta form sálfræði felur í sér. Sálfræði, eða skilningur á því hvernig mannshugurinn virkar, er mikilvægur þáttur í daglegu lífi - allt frá auglýsingum og fjármálum, glæpum og trúarbrögðum, jafnvel hatri til ástar; sýnir þannig hvers vegna skilningur á meginreglum þess hefur slíkt vald yfir áhrifum manna.

Sálfræði getur verið erfitt verkefni, sem skýrir hvers vegna flesta skortir þessa færni. Það er ekki nauðsynlegt að læra allar mismunandi reglurnar - byrjaðu einfaldlega á þessum lærdómum til að byggja á traustan grunn. Það er lykilatriði að lesa fólk nákvæmlega, skilja hvað fær það til að merkja og viðbrögð þess á óvæntan hátt. Jafnvel þá gæti verið nauðsynlegt að taka námskeið og lesa óteljandi bækur til að öðlast fullan skilning - allt eftir því hversu langt skilningur þinn nær.

Svo hvers vegna er skilningur á sálfræði og mannlegri sálfræði svo nauðsynlegur? Því þeir sem vita meira geta notað það vald gegn þér.

Hvernig er myrk sálfræði notuð í dag?

Þó að sumir kunni að nota myrkra sálfræðiaðferðir í þeim tilgangi að skaða fórnarlamb sitt, geta aðrir notað þessar aðferðir án þess að hagræða neinum á neinn neikvæðan hátt. Sumar þessara aðferða voru fyrst vinsælar í fyrri heimsstyrjöldinni. Óafvitandi eða viljandi hefur verkfærakistan okkar stækkað með ýmsum hætti eins og:

* Sem barn hefur þú líklega fylgst með því hvernig fullorðnir haga sér, sérstaklega þeir sem eru nálægt þér.

* Sem unglingur stækkaði hugur þinn hvað varðar skilning á hegðun í kringum þig.

* Þú varst fær um að fylgjast með öðrum sem notuðu og beittu síðan ákveðnum aðferðum.

* Í fyrstu gæti notkun þín á aðferðum hafa verið óvart; en um leið og þeir byrjuðu að vinna að því að ná tilætluðum markmiðum þínum, myndu þeir verða hluti af viljandi stefnu þinni.

* Stjórnmálamenn, fyrirlesarar og sölumenn kunna að hafa fengið þjálfun í þessum aðferðum til að ná þeim markmiðum sem þeir vilja.

Myrkra sálfræðiaðferðir sem eru notaðar daglega

* Ástarflóð: Ástarflóð vísar til hvers kyns þess að hvetja fólk til að verða við beiðni sem þú vilt. Til dæmis, ef þú þarft á aðstoð einhvers að halda að flytja hluti inn á heimilið þitt, gæti ástarflóð gert það að verkum að þeim líði vel með að hjálpa - aukið líkurnar á að þeir fari eftir því. Myrkir manipulatorar gætu notað ástflóð á þennan hátt til að láta þá líða við sig eða grípa til aðgerða sem þeir myndu venjulega ekki gera.

* Lygi: Ljúga getur átt við að veita fórnarlambinu rangar eða skreyttar útgáfur af atburðum í viðleitni til að fá það sem þú vilt gert. Að ljúga getur falið í sér að segja aðeins hluta sannleikans eða gera ýktar fullyrðingar til að ná tilætluðum árangri.

* Ástarafneitun: Eins konar meðferð sem getur valdið því að fórnarlambinu finnst það glatað og yfirgefið af stjórnanda sínum, er að halda aftur af ástúð eða ást þar til þú getur náð tilætluðum árangri af þeim.

* Afturköllun: Þegar þetta gerist fær fórnarlambið annaðhvort þögul meðferð eða er forðast þar til það uppfyllir þarfir annars einstaklings.

* Takmarka val: Stjórnandi getur veitt fórnarlambinu aðgang að sumum valkostum til að afvegaleiða þá frá því að gera þá sem þeir vilja ekki að þeir geri.

* Merkingartækni: Í þessari aðferð notar stjórnandi orð með almennum skilgreiningum til að rugla fórnarlambið sitt í samtölum og sýna síðan síðar að þeir meintu eitthvað annað þegar þeir notuðu það orð; oft breytir þetta allri skilgreiningunni og getur valdið því að æskilegt samtal þeirra þróast jafnvel þó að fórnarlamb þeirra hafi verið blekkt.

* Öfug sálfræði: Öfug sálfræði á sér stað þegar þú hagar einhverjum til að framkvæma eina aðgerð aðeins til að láta hann bregðast við á hinn veginn, vitandi vel að það var það sem stjórnandinn vildi allan tímann.

Hver mun viljandi beita myrkri aðferðum?

Margt mismunandi fólk getur notað dökka sálfræðiaðferðir gegn þér, sem gætu falið í sér aðferðir eins og þær sem finnast hér. Þar sem þetta fólk gæti reynt að beita þessum myrku aðferðum gegn þér, er mikilvægt að þú lærir að þekkja nálgun þeirra og halda þig í burtu frá þeim. Hugsanlegar heimildir eru:

Narsissistar: Einstaklingar sem búa yfir ýktri tilfinningu fyrir eigin virði vilja oft að aðrir trúi því að þeir séu líka æðri. Til að fullnægja þessari löngun geta þeir notað sannfæringartækni og myrkra sálfræðiaðferðir til að öðlast það sem þeir líta á sem dýrkandi aðdáun frá öllum sem þeir komast í snertingu við.
* Sociopaths: Sociopaths hafa tilkomumikið vopnabúr af heillandi, greindum og sannfærandi eiginleikum; hagaðu samt bara svona þegar nauðsyn krefur til að fá það sem þeir vilja. Félagshyggja þýðir að þeir skortir allar tilfinningar til að finna fyrir sektarkennd fyrir að nota dökka sálfræðiaðferðir í persónulegum ávinningi - þar á meðal að búa til yfirborðsleg sambönd eftir þörfum til að gera það.

* Stjórnmálamenn: Stjórnmálamenn geta notað myrka sálfræði til að hafa áhrif á kjósendur til að styðja þá með því að sannfæra þá um að þeirra sjónarmið sé rétt.

* Sölumenn: Það eru ekki allir sölumenn sem beita lúmskum aðferðum gegn þér; Hins vegar gætu þeir sem eru helgaðir því að ná sölutölum sínum beitt myrkum fortölum til að hagræða fólki og auka hagnað.

* Leiðtogar: Myrkra sálfræðiaðferðir hafa lengi verið notaðar af leiðtogum til að hagræða liðsmönnum, undirmönnum og borgurum til að fara að vilja þeirra.

* Eigingjörnt fólk: Eigingjarnt fólk getur verið skilgreint sem hvern þann einstakling sem forgangsraðar eigin þörfum sínum fram yfir þarfir einhvers annars, án tillits til þess hvort það hafi áhrif á þá sem eru í kringum það á einhvern hátt. Þeir munu ekki hafa áhyggjur af því að gefa öðrum lánsfé þar sem lánsfé er í gjalddaga svo að þeir sjálfir geti notið góðs af; svo lengi sem þetta ástand virkar þeim í hag þá skiptir það ekki máli hver tapar, en ef einhver verður fyrir neikvæðum áhrifum þá væri það líklega hann í stað einhvers annars.

Þessi listi þjónar tveimur mikilvægum aðgerðum. Í fyrsta lagi mun það hjálpa til við að auka meðvitund þína um þá sem gætu reynt að hagræða þér til að gera hluti sem þú vilt ekki gera, á meðan það getur aðstoðað við sjálfsvitund með því að fylgjast með fólki sem vill fá eitthvað út úr þér.
Eitt af lykilmarkmiðum þessarar bókar er að útbúa þig gegn myrkri sálfræði og hjálpa þér að vernda þig.

Andleg meðferð er hugtak sem oft heyrist á samfélagsmiðlum og almennum samskiptakerfum, oft í tengslum við stóra opinbera viðburði, pólitískar herferðir eða auglýsingaaðferðir. Flestir einstaklingar skilja hvað „andleg meðferð" vísar til en skortir kannski ítarlega þekkingu á skilgreiningu þess og umfangi.

Andleg meðferð felur í sér að móta og handleika hugsanir annarrar manneskju til að hafa áhrif á hana til að gera það sem þú vilt að hún geri. Stjórnandi hefur áhrif á aðra með sviksamlegum eða siðlausum hætti.

Meðhöndlun felur almennt í sér nokkurt vald á skotmörk þess; það er að svindlarar munu reyna að þvinga skotmörk sín til að gera það sem þeir vilja þrátt fyrir andstöðu frá skotmörkunum sjálfum.

Nú, þegar ég tala um að heilaþvo fólk eins og í kvikmyndum, þá er ég ekki að meina að nota mannrán og heilaþvott eins og oft er lýst. Það sem ég er að fjalla um eru fíngerðar aðferðir og aðferðir sem notaðar eru til að sannfæra aðra um eitt án þess að þeir geri sér grein fyrir því að þeim sé stjórnað.

Reyndar láta meistarar að láta það líta út fyrir að fólk sé að starfa á eigin spýtur frekar en vegna utanaðkomandi ögrunar. Samt sem áður er einhver kraftur í tengslum við meðferð - til dæmis neyða sjónvarpsstöðvar þig til að horfa á dagskrá þeirra og auglýsingar til að hvetja þig til að kaupa vörur eða þjónustu styrktaraðila.

Hins vegar, í þessu tilviki, er auðvelt að forðast þvingun:

Skiptu einfaldlega um rás. Hins vegar er forritun og auglýsingar hönnuð þannig að þú viljir það ekki.

Önnur aðferð getur verið miklu beinskeyttari. Stjórnmálaflokkar og frambjóðendur kynna sig oft með ákalli til aðgerða eins og „kjósið besta frambjóðandann" og „kjósið svo og svo ef þú metur framtíð þeirra". Slíkar augljósar sannfæringartilraunir sjást oft í auglýsingum í pólitískum herferðum.

Þess vegna er fyrsti hluti þessarar bókar lögð áhersla á að skilja og þekkja algengar gerðir meðferðar. Ég á ekki við einhvers konar leynilegan kabal sem reynir að stjórna hugum manna um alla jörðina; frekar, þjálfaðir einstaklingar gætu reynt að hafa áhrif á skoðanir þínar til að koma þér á bak við dagskrá sína.

Þegar þú hefur skilið tækni þeirra geturðu ekki aðeins verndað sjálfan þig og ástvini þína fyrir utanaðkomandi áhrifum, heldur gætirðu kynnt dagskrá þína með góðum árangri. Þó að ég sé ekki að hvetja neinn til að fara út og hafa áhrif á fólk sem það kemst í snertingu við beint með því að nota þessar aðferðir; notaðu frekar þessar aðferðir þegar nauðsyn krefur til að gefa þér það forskot sem þú þarft í lífinu.

Slakaðu á; við erum að fara að leggja af stað í óvenjulegt ævintýri. Svo hallaðu þér bara aftur og farðu í ferðina.

Þó að margir einstaklingar noti dökka sálfræðiaðferðir í illum tilgangi, geturðu líka notað þær án þess að skaða neinn annan. Sumum þessara aðferða var annað hvort óafvitandi eða viljandi bætt við verkfærakistuna okkar vegna ýmissa aðstæðna sem fela í sér:

Sem barn myndir þú fylgjast með hegðun fullorðinna í kringum þig og hvernig þeir höfðu samskipti.

* Sem unglingur var hugur þinn og getu til að skilja hegðun í kringum þig skerpt verulega.

* Þú varst fær um að fylgjast með notkun annarra og tókst að innleiða sérstakar aðferðir.

* Í fyrstu gæti það hafa verið óviljandi að nota ákveðin tækni. En þegar þeir hafa sannað gildi sitt til að fá það sem þú óskaðir eftir, gætu þeir orðið viljandi verkfæri í viðskiptum þínum.

* Stjórnmálamenn, fyrirlesarar eða sölumenn læra oft aðferðir sem þessar til að ná þeim markmiðum sem þeir vilja.

Myrkra sálfræðiaðferðir sem hægt er að nota reglulega

* Ástarflóð: Ástarflóð felur í sér að nota smjaður til að sannfæra aðra um að verða við beiðni þinni. Til dæmis, ef þú vilt að einhver annar hjálpi til við að flytja hluti inn á heimili þitt, gæti notkun ástarflóða aukið líkurnar á því og gert starf þitt auðveldara. Myrkur stjórnandi gæti notað ástarflóð á þennan hátt til að ná skiptimynt gegn skotmarki sínu.
Láttu þá finna fyrir nálægð, þá hvetja þá til að gera hluti sem þeir gætu annars forðast að gera.

* Ljúga: Að ljúga er að veita einhverjum öðrum rangar eða skreyttar upplýsingar til að ná því sem þú vilt gert, eins og að segja að hluta sannleikann eða ýkjur með það að markmiði að fá það sem þeir vildu gert.

* Ástarafneitun: Ástarafneitun getur verið hrikaleg fyrir fórnarlömb hennar þar sem hún lætur þeim líða yfirgefin af stjórnandanum. Í meginatriðum felur þetta í sér að halda eftir ástúð og ást þar til þú hefur náð því sem þú óskaðir þér með þeim.

* Afturköllun: Þegar þessari aðferð er beitt á einhvern, getur hann fengið þögul meðferð eða verið forðast þar til þörfum þeirra hefur verið fullnægt af öðrum.

* Takmarka val: Stjórnendur geta veitt fórnarlambinu nokkra valmöguleika til að afvegaleiða þá frá því að gera þá sem þeir samþykkja ekki.

* Merkingartækni: Þessi aðferð notar orð sem hafa almennt viðurkenndar skilgreiningar milli aðila samtalsins; tilkynntu síðan fórnarlambinu að það meinti eitthvað annað þegar sagt orð var notað í samræðum. Breyting á skilgreiningu þess breytir oft samræðunni á þann hátt sem stjórnandinn ætlar sér þrátt fyrir að blekkja einhvern til að gefa eftir vilja hans eða hennar.

* Öfug sálfræði: Þegar einhverjum er sagt að bregðast við á einn hátt, með von um að þeir muni í raun bregðast öðruvísi við, aðeins til að allt komi út öðruvísi en hann ætlaði sér. Í meginatriðum virkar öfug sálfræði nákvæmlega eins og nafnið gefur til kynna: að láta fólk haga sér á þann hátt sem stjórnandinn vill.

Hver ætlar að beita skuggaaðferðum vísvitandi?

Það geta verið margir þarna úti sem nota fjárkúgun gegn þér og geta komið upp á ýmsum sviðum lífs þíns, sem gerir nærveru þeirra mjög hættulega.
Það er mikilvægt að læra hvernig á að forðast dökk sálfræðiaðferðir og nokkur dæmi um einstaklinga sem nota slíkar aðferðir eru:

*Narsissistar: Þessir einstaklingar hafa oft uppblásnar skoðanir á sjálfum sér og þurfa að sannfæra aðra um þennan veruleika. Til þess að fullnægja löngun sinni til að vera tilbeðinn og dáður af öllum sem þeir hitta, grípa þessir narcissistar til sannfæringarkrafta og myrkra sálfræðiaðferða til að ná þessu endamarkmiði.

* Sociopaths: Sociopaths hafa sjarma, greind og sannfæringarkraft - en aðeins til að fá það sem þeir vilja. Þar sem þá skortir allar tilfinningar eða iðrun vegna þess sem þeir gera, er það ekki vandamál fyrir þá að nota dökka sálfræðitækni - þar á meðal yfirborðsleg sambönd - til að ná því sem þeir þrá.

* Stjórnmálamenn: Með því að nota myrka sálfræði gætu stjórnmálamenn sannfært kjósendur um að kjósa þá með því að sannfæra þá um yfirburði þeirra sjónarmiða.

* Sölumenn: Ekki eru allir sölumenn að beita leyndardómsfullum aðferðum gegn þér, en þeir sem einbeita sér að því að ná sölutölum sínum gætu notað sannfæringaraðferðir til að hagræða öðrum og ná árangri hraðar.

* Leiðtogar: Myrk sálfræðitækni hefur lengi verið notuð af leiðtogum til að hafa áhrif á liðsmenn, undirmenn og borgara til að gera það sem þeir vilja.

* Eigingjarnt fólk: Eigingjarnt fólk felur í sér hvern þann sem setur eigin þarfir framar öðrum. Þessu fólki er venjulega ekki truflað hver hagnast í hvaða aðstæðum sem er svo framarlega sem það gagnast fyrst og fremst þeim sjálfum - ef það þýðir að aðrir fá minna, þá er það allt í lagi - en í hvert skipti sem annar aðilinn tapar mun það líklega vera hann ekki hinn.
Þessi listi þjónar tveimur hlutverkum. Í fyrsta lagi mun það hjálpa þér að gera þig meðvitaðri um þá sem reyna að hagræða þér til að gera hluti sem þú vilt ekki gera; í öðru lagi getur það aðstoðað við sjálfsframkvæmd. Eitt meginmarkmið þessarar bókar er að þú þekkir þá sem leita að einhverju frá þér án þess að huga að neinum neikvæðum afleiðingum; þannig geturðu varið þig gegn myrkri sálfræði.

Hver stjórnar lífi okkar Það er athyglisvert að fylgjast með langri sögu meðferðar innan samfélagsins. Að vita meira um sannfæringarkraft gerir þér kleift að vera betur í stakk búinn til að takast á við það.

Þessi kafli mun gefa okkur stutta innsýn í meðferð eins og hún á við um líf og viðskipti. Með því að skilja hvar meðferð getur verið og hverjir reyna að hagræða þér, munum við fá hugmynd um algengi þess í daglegu lífi okkar og bera kennsl á þá sem reyna að hagræða okkur. Ekki eru allir sem hagræða endilega illgjarnir - stundum getur fólk hegðað sér andstætt því sem það raunverulega er eða jafnvel án þess að gera sér grein fyrir því sjálft! Viðskiptafyrirtæki nota sannfæringartækni til að hvetja viðskiptavini til að kaupa vörur þeirra og þjónustu - að viðurkenna slíkar aðferðir mun aðstoða okkur við að meðhöndla slíkar aðferðir með betri árangri!

Sem einstaklingar viljum við trúa því að við tökum ábyrgar ákvarðanir í lífinu. Því miður, ekki alltaf með fulla stjórn - sérstaklega þar sem börn eru undir áhrifum frá foreldrum sínum sem hafa ekkert beint að segja um uppeldi okkar. Þegar við komum inn í menntakerfið verðum við enn frekar handónýt. Kennarar veita fræðslu um félagsleg viðmið og væntingar til okkar í samfélaginu; seinna sem fullorðin gætum við jafnvel orðið næm fyrir meðferð frá stjórnmálamönnum sem vonast til að vinna atkvæði fyrir málstað sinn. Margir eru fengnir til að kjósa ákveðna flokka eftir því sem þeir lofa til framtíðar, jafnvel þótt þeir styðji ekki alla stefnu þeirra. Þetta gefur stjórnmálamönnum vald yfir lífi okkar - erum við í raun og veru við stjórnvölinn eða einfaldlega verið að sannfæra okkur?
Síðar í þessari bók munum við skoða ýmsar aðgerðaraðferðir, bæði leynilegar og augljósar. Fyrst og fremst þarftu að viðurkenna hvenær verið er að handleika þig svo

þú getir unnið gegn því; sérfræðingar hafa gefið sjónarhorn sitt á þessa tegund hegðunar meðal okkar.
Að viðurkenna listina að meðhöndla

Hvar ættum við að vera á varðbergi í daglegu lífi okkar?

Sannfærandi tungumál Myndirnar segja þúsund sögur; Orð hafa enn sterkari áhrif til að veita okkur innblástur, stundum að því marki að þau séu sýknuð. Hefur þú einhvern tíma fengið innblástur frá ræðumanni sem hvetur þig til athafna með dramatískt tal? Og orð hafa áhrif á okkur, jafnvel þegar týnist algjörlega í frábærri bók; orð hafa kraft sem neyðir okkur til að trúa einhverju jafnvel þegar skynfærin segja okkur annað! Hægt er að nota samskipti á áhrifaríkan hátt sem öflugt afl þegar það er sannfært fólk um að gera hluti sem það annars gæti ekki.

* Auglýsendur og sölumenn nota tungumál til að sannfæra okkur um að vörur þeirra séu nákvæmlega það sem við þurfum - eins og að nota orð eins og:

Á viðráðanlegu verði; Þægilegt; Skemmtilegt; Tímasparnaður og tryggt að fullnægja.

Athugaðu hvernig öll þessi orð fá okkur til að trúa því að þau hafi traust á vöru sinni eða þjónustu.

Stjórnmálamenn nota oft tungumál eins og:

"Við" - til að bjóða þér inn í heiminn sinn.

Láttu þér finnast þú vera hluti af teyminu okkar

Þessar samskiptaaðferðir miða að því að láta okkur líða með og þar með mikilvæg.

Einelti nota bæði orð og árásargjarna hegðun til að ná fram eigin persónulegu verkefnum.

Glæpamenn eins og geðlæknar, sósíópatar og narcissistar nota sannfærandi tungumál sem leið til að stjórna öðrum einstaklingi. Það eru sex kenningar um sálræna meðferð; 1 vitræna hlutdrægni kenning var skoðuð hér sem eitt hugsanlegt form.

Það eru ýmsir sálfræðilegir ferlar og kenningar varðandi sannfæringarkraft sem hafa hlotið almenna viðurkenningu, meðal annars hugræna svörunarlíkan Anthony Greenwalds frá 1968 sem sannar enn gildi sitt í dag við að ákvarða sannfæringarþætti auk þess að vera mikið notað í auglýsingum.

Greenwald leggur til að það sem ræður úrslitum um árangur sannfæringarkrafts liggi ekki í orðum heldur frekar tilfinningum; Tilfinningar munu gegna stærra hlutverki en orð í því hversu auðveldlega við erum að sannfæra okkur.

Innri hugsanir munu innihalda bæði jákvæða og neikvæða þætti, allt eftir persónuleika einstaklingsins. Þetta er ekki námsferli heldur meira um það hvort einhver lítur nú þegar á skilaboð með hagstæðum eða óhagstæðum skilningi (cognitions).

Sannfæringaraðilar verða að treysta á sérfræðiþekkingu sína til að takast á við mótrök á áhrifaríkan hátt og koma í veg fyrir að markmið þeirra hafi nægan tíma til að þróa eitthvað þeirra. Ennfremur ætti sá sem sannfærir að hvetja jákvæð rök til að koma fram á auðveldari hátt til að auka árangur hans - það eykur "sannfæringaráhrif".

Sannfæringarkraftur verður erfiðari ef skotmarkið hefur verið gefið fyrirfram viðvörun um hvað þú ætlar að segja; þetta gerir þeim kleift að þróa mótrök ef "skilaboðin" þín ganga gegn því sem þeir trúa núna. Rannsóknir sem Richard E. Petty framkvæmdi árið 1977 sönnuðu þetta atriði: það sýndi að nemendur sem fengu tilkynningu um atburð voru ólíklegri til að vera sannfærðir en þeir sem voru án fyrirvara.
2 Gagnkvæmni
Vel rannsökuð kenning til að hjálpa til við að útskýra næmni okkar fyrir sannfæringarkrafti er innan reglunnar um gagnkvæmni, byggð á félagslegum venjum. Ef einhver gerir þér greiða eða gerir eitthvað gott fyrir þig, er líklegra að þú sért skyldugur til að endurgjalda með því að skila greiðanum í einhverri mynd eða á einhvern hátt.

Í ómeðvitund getur gagnkvæmni líka komið við sögu. Án þess að gera þér grein fyrir því gætir þú samþykkt að framkvæma eða greiða fyrir þig af einhverjum vegna þess að einhvern tíma gerði hann eitthvað fyrir þig og finnst þér skylt; jafnvel þótt beiðni þeirra myndi venjulega fá þig til að segja nei.

Fyrirtæki treysta oft á þessa aðferð þegar þau reyna að auka sölu. Með því að bjóða upp á ókeypis sýnishorn eða tímabundnar prufur vonast fyrirtæki til að viðskiptavinir telji sig skylt að skila greiðanum og kaupa eða endurnýja samning.

Gagnkvæmni er vel þekkt sálfræðilegt ferli. Það er aðlögunarhegðun sem hefði aukið möguleika okkar á að lifa af í fortíðinni; með því að hjálpa öðrum eykur þú líkurnar á því að einn daginn muni þeir hjálpa þér. En gagnkvæmni getur líka haft sína galla: þegar einhver gerir okkur rangt við, getur eðlishvöt okkar til að ná fram hefnd rekið okkur líka.

Fræðilegar rannsóknir styðja regluna um gagnkvæmni eindregið. Burger o.fl. (2009) gerðu rannsóknir sem sýndu fram á hvernig þátttakendur eru líklegri til að samþykkja beiðnir þegar beiðandi hefur gert þeim greiða áður.

Aðferðir við meðferð upplýsinga 3

Blekking er eitt af aðalverkfærunum í verkfærakistu hvers stjórnanda. Það felur í sér að veita fórnarlambinu ófullnægjandi eða villandi upplýsingar til þess að koma úr jafnvægi í hugsunarhætti þess og gera það berskjaldað. Meðhöndlun felur einnig í sér að nota viljandi líkamstjáningu sem sannfærandi og stjórnandi.
Kenning McCornacks telur upp fjögur hámark sem skilgreina sannar fullyrðingar; öll frávik frá þessum munu gera skilaboðin vísvitandi villandi. Þessi hámark felur í sér:

Magn
Magn vísar til „magn" upplýsinga sem fram koma. Flest okkar kappkostum að leggja fram nægjanleg gögn svo viðtakandinn skilji skilaboðin okkar að fullu án þess að of mikið eða of lítið sé veitt; of lítið gæti valdið ruglingi; of mikið gæti yfirbugað. Hins vegar myndi stjórnandi leika sér með það magn með því að sleppa ákveðnum hlutum sem þeir telja óviðkomandi ef það er líklegt til að vinna gegn röksemdafærslu þeirra og þessi venja er þekkt sem "að ljúga með því að sleppa".

Gæði vísar til nákvæmni upplýsinga sem gefnar eru. Að ná sönnum samskiptum er talið hágæða; annars myndu viðtakendur heyra vísvitandi ósannindi - eða beinar lygar - sem ætlað er að ná stjórnandavaldinu.

Tengsl
Hér ræðum við "samsvörun" upplýsinga fyrir skilaboðin. Til þess að komast hjá óþægilegri spurningu eða hylja eigin veikleika breyta manipulatorar oft viðfangsefninu með villandi efni til að beina athyglinni frá því sem raunverulega þarf að ræða; eða leggja of mikla áherslu á eitthvað sem mun veita þeim aukið vald yfir hlustendum.

Siðferði Að koma skilaboðum á framfæri. Óaðskiljanlegur hluti er líkamstjáning: við lesum beygingar og svipbrigði við hlustun, sem getur verið ýkt til að villa um fyrir framsetningu boðskapar þeirra, með það að markmiði að leggja áherslu á dagskrá þeirra.
Að ljúga til að hagræða eða sannfæra einhvern er ekkert nýtt; samt sem áður hefur kraftur þess aðeins orðið öflugri í hnattvæddu umhverfi nútímans.
Samskiptavettvangar samfélagsmiðla fela ekki alltaf í sér bein augliti til auglitis milli tveggja einstaklinga, sem gerir það auðveldara fyrir tölvusnápur að rangfæra upplýsingar eða búa til ósannindi í slíkum bréfaskiptum.

Ekki er öll meðferð endilega neikvæð; stundum þurfum við hjálp við að taka góðar ákvarðanir fyrir okkur sjálf og það er þar sem Nudge Theory kemur sér vel; jákvætt styrkingarkerfi þess byggir á litlum straumum til breytinga.

Rannsóknir Skinners, eða atferlishyggja, sýna hversu gagnleg þessi kenning getur verið. Með því að bjóða upp á verðlaun sem jákvæða styrkingu getur atferlishyggja tælt einstaklinga til að haga sér í samræmi við það sem þú vilt að þeir geri.

Í þessu dæmi má sjá hvernig viðskiptavinum var ýtt til viðbótar í átt að því að kaupa næsthæsta vöruna - allt í þágu veitingamannsins! Viðskiptavinir fengu þessa auka uppörvun.

Nudge Theory getur verið afar áhrifarík efnahagsstefna. En beiting þess nær langt út fyrir hagfræði til að hvetja til hegðunarbreytinga og móta persónulegt val - jafnvel viðurkenndum félagslegum viðmiðum er hægt að breyta með þessari tækni.

Nudging var svo áhrifarík stefna að breska ríkisstjórnin stofnaði deildarteymi fyrir atferlisinnsjón árið 2010 til að hjálpa til við að þróa stefnu, sem var almennt þekkt sem Nudge Unit.

Þó að nota „hnúð" geti haft nokkra augljósa kosti, getur það að nota sálræna meðferð brotið gegn borgaralegum réttindum einstaklings.

5 Félagsleg meðferðaraðferðir
Sálfræðileg meðferð er ein tegund meðferðar sem oft er notuð af stjórnmálamönnum eða valdamiklum til að efla eigin hagsmuni. Í versta falli þjónar sálræn meðferð sem form félagslegrar stjórnunar - að fjarlægja einstaklingseinkenni á meðan það neyðir íbúa til að samþykkja það sem þeim er gefið - þó jákvæðar beitingar hennar feli í sér að bæta heilsu og vellíðan til dæmis.

Sá sem er við völd og notar félagslega meðferð getur beitt truflandi aðferðir til að afvegaleiða mikilvæg málefni. Þeir myndu halda því fram að tillögur þeirra séu hannaðar til að gagnast ekki bara þeim sjálfum, heldur fjölskyldu þinni í heild og framtíð hennar; Allur ágreiningur frá þeim yrði talinn rangur og eigingjarn - þessi tegund af fortölum kemur fram við einstaklinga nánast eins og börn; Markmið þess er að láta alla trúa því að allt rangt sé alfarið á þeirra ábyrgð, en eina lausnin felst í því að hlusta á leiðbeiningar sérfræðinga sem vita betur.

Slík pólitísk stefna myndi fela í sér að vekja athygli á einu félagslegu vandamáli en hylja annað. Þessi aðferð miðar að því að valda félagslegri ólgu og skelfingu meðal almennings; með því að skapa óróleika innan samfélagsins mun fólk fara að krefjast breytinga til úrbóta. Svo, í tilraun til að fela vandamál sín með heilbrigðisþjónustu, gæti ein deild minnkað fjárveitingar sínar til glæpaforvarna sem veldur því að tölfræði um glæpi stækkar upp úr öllu valdi og gefur upplýsingum sem ætlað er að sannfæra borgara um að þeir viti best hvernig eigi að leysa glæpamál. Stjórnmálamenn fæða áróður með því að breiða út eigin sannleika og staðreyndir - þetta getur verið eða ekki alltaf rétt; stundum gæti jafnvel verið misnotað ýktar upplýsingar eins og tölfræði til að ná tilætluðum árangri. Félagsleg meðferð tekur mörg ár áður en hægt er að ná tilætluðum árangri.

Sálfræðileg meðferð er hluti af félagslegum áhrifum, sem gerir okkur öll að einhverju leyti að félagsbrúðum. Flest okkar beita sálrænni meðferð án þess að átta okkur á því!

Eins og samfélagið ætlast til er það á okkar ábyrgð að fylgja og hlíta stöðlum þess til að forðast ósamræmi í samfélaginu.
Hugleiddu í smástund hvaða græju eða endurbætur á heimilinu þú myndir helst vilja kaupa: er það eitthvað sem vinur, nágranni mælir með eða er á netinu sem fær þig til að girnast meira? Félagsleg meðferð virkar líka á þennan hátt: við getum auðveldlega verið sannfærð af öðrum þegar vörður okkar er niðri; hvort það sé talið gott eða slæmt fer algjörlega eftir sjónarhorni einstaklingsins.

Eins og áður hefur verið fjallað um er ekki öll félagsleg meðferð slæm; í raun getur það jafnvel haft jákvæðar afleiðingar. Þó að hugtakið „hagræðing“ gæti kallað fram myndir af óprúttnu fólki sem beygir fólk að vilja sínum, getur það hjálpað samfélaginu í heild þegar það er notað á réttan hátt. Eitt gott dæmi um félagslega meðferð væri heilbrigðissérfræðingar sem hvetja okkur til að borða meira af ávöxtum og grænmeti („5 á dag herferðirnar“) eða hætta að reykja herferðir sem hafa leitt til fækkunar reykingamanna sem og lægri tíðni sjúkdóma sem tengjast reykingum; slíkar aðferðir eru áhrifaríkar þvinganir eins og hún gerist best!

6 Gaslýsing

Gaslýsing getur verið grimmasta form meðferðar. Það er tilraun til að draga í efa geðheilsu og sjálfsvirðingu einstaklings með því að planta fræjum efasemda í hana - oft nota endurteknar lygar sem agn þar til þú trúir því að lokum sem sannleika.

Gasljós er ómannúðleg aðferð þar sem ein manneskja veldur því að annar einstaklingur efast um sjálfan sig og missir allt sjálfstraust, sem leiðir til algjörs sálræns niðurbrots og undirokunar af andstæðingi. Gaskveikjarar grafa stöðugt undan skotmarki sínu með því að andmæla þeim eða gefa í skyn að þeir hafi alltaf rangt fyrir sér, stundum að því marki að þeir saka þá um að segja ósatt sjálfir - aðgerð sem ætlað er að draga úr sjálfsvirðingu áður en þeir verða algjörlega undir stjórn utanaðkomandi aðila sem taka við með því að verða kúgarar sjálfir. Þegar það gerist verða þeir háðir

ráðríkri nærveru kúgara síns - sem verða undirgefnir áður en þeir falla að lokum undir drottnandi áhrif utanaðkomandi. Gaskveikjarar sækjast eftir völdum yfir þeim á móti og verða á endanum fórnarlömb undir stjórn ráðríks húsbónda þeirra.
Meðhöndlun áhrifavalda er form andlegs ofbeldis sem oft sést í ofbeldisfullum persónulegum samböndum. Áhrifavaldur mun nota ýmsar aðferðir til að láta fórnarlambið efast um sjálft sig - jafnvel að því marki að efast um minningar þess með því að afneita fyrri atburðum sem gerðust á milli þeirra og þeirra.

Gaslýsing tekur tíma og fyrirhöfn til að ná fullum árangri. Hjálparmaður mun slíta fórnarlamb sitt í langan tíma, sem leiðir til þess að þeir efast aftur á móti um eigin geðheilsu.

Dr. George Simon PhD er klínískur sálfræðingur frá Texas háskóla. Í rannsóknum sínum á fólki með vanlíðan persónuleika, sérstaklega geðlækna, leiddu niðurstöður hans til þess að hann komst að þeirri niðurstöðu að ákveðnar tegundir persónuleika væru mjög færir í meðferð; Með því að nota lygar og árásargjarnt orðfæri tókst þeim að setja efasemdir í huga fórnarlambs síns þar til að lokum, skotmark þeirra missti trúna á sjálft sig og trúði því sem stjórnandinn sagði og féll að lokum undir stjórn hans eða hennar.

Leyndarmál sálfræði
Flestar sálfræðilegar aðferðir þjóna bæði dökkum og hvítum sálfræðiforritum; notagildi þeirra fer eftir ásetningi þeirra sem ráða þá.

Í þessum kafla munum við skoða ýmsar sálfræðilegar aðferðir sem notaðar eru í ólöglegum tilgangi.
Dökk sannfæring
Sannfæring er lang oftast notuð sálfræðileg tækni, oft notuð í White sálfræði; Næstum öll höfum við notað sannfæringarkraft sem hluta af þeirri fræðigrein á einhverjum tímapunkti eða öðrum; Hins vegar hafa aðeins fáir notað fortölur sem áhrifaríkt form myrkra sálfræðimeðferðar.

Áður en kafað er dýpra í Dark fortölur, skulum við fyrst íhuga kjarnaþætti þess.

Hvað er sannfæring? mes Sannfæring er sú sálfræðilega iðkun að nota sannfærandi rök á þann hátt að hvetja, hafa áhrif á eða breyta viðhorfum eða hegðun einstaklings til að ná tilætluðum árangri.

Ábendingar um sannfæringarkraft Hér eru nokkrar nauðsynlegar sannfæringaraðferðir sem þú verður að ná góðum tökum til að verða sannfærandi:

Rannsóknir til að fá sérfræðiráðgjöf

Vertu hugsunarleiðtogi - til að beina öðrum í hugsun og ganga á undan með góðu fordæmi.

Vertu öruggur, notaðu yfirlýsingar og fullyrðingar:

Draga úr kaldhæðni eins mikið og mögulegt er.

Hljómar skynsamlega og fylgist með viðbrögðum við lúmskum viðbrögðum; hlusta á virkan og leggja til frekar en krefjast; virkan fylgjast með; vera tilfinningalega greindur

Sannfæringaraðferðir
Hér eru nokkrar grundvallar en mikilvægar sannfæringaraðferðir:

Notaðu nafn þess sem þú átt í samskiptum við.

Tengstu persónulega og stofnaðu samband.

Þróaðu sambönd og opnaðu dyr fyrir gagnkvæmni

Notaðu hvetjandi orð Vertu sveigjanlegur og aðlögunarhæfur - aðlagaðu þig að því að henta hverju markmiði fyrir sig (engin almenn nálgun). Notaðu speglunar- og samsvörunartækni NLP.

Notaðu Bandwagon áhrifin til þín

Skapaðu einhverja óvissu meðal þeirra sem þú ert að sannfæra með því að skapa einhverja skortstilfinningu fyrir athygli þeirra.

Skapaðu spennu í gegnum vísvitandi eyður (upplýsingaeyður).

Notaðu "fótinn í dyrnar" stefnunni - gerðu litla beiðni sem opnar fleiri dyr fyrir síðari stærri beiðnir.

Að undirstrika gildi tillögu þinnar fyrir þá sem þú ert að reyna að sannfæra er lykilatriði þegar reynt er að sannfæra þá um verðugleika hennar, þar sem hver einstaklingur spyr sjálfan sig ómeðvitað: "hvað hefur það fyrir mig?"

mér The Bandwagon Effect
Lýsa má bandvagnsáhrifunum sem sameiginlegum áhrifum sem hópar fólks geta haft á einstaka meðlimi innan þess hóps eða hóps fólks.

Hér að neðan eru nokkur lykileinkenni bandvagnsáhrifa:

Hjardarhugarfar - fólk hefur tilhneigingu til að vera í samræmi þegar það er sannfært um að það að fylgja öðrum muni leiða til árangurs Félagsleg sönnun - fólk hefur tilhneigingu til að fylgja því sem virðist vera vinsælasta málstaðurinn

Að hafna neikvæðum félagslegum sönnunum (svo sem rusli, skógarhöggi, slæmri kynferðislegri hegðun, ofdrykkju og reykingum) getur í raun stuðlað að því. Til dæmis ætti það að gagnrýna aukningu fjarvista úr 15% í 20% einnig að styrkja jákvæða félagslega sönnun með því að taka eftir meirihluta starfsmanna (80%+) sem hafa ekki misst af vinnu og ræða þessi örfáu skemmdu epli sem eru fjarverandi sem hverfandi miðað við hvað ætti að leggja áherslu á og draga enn frekar úr.

Blekking

Hægt er að skilgreina blekkingar sem hvers kyns athöfn sem leitast við að leyna, rangfæra eða koma einhverju sem er rangt á framfæri í því skyni að hylma yfir, ófrægja eða stuðla að skoðun í þeim tilgangi að sannfæra annan einstakling um að haga sér í samræmi við fyrirfram skilgreind markmið eða væntingar.

Blekking felur í sér að hagræða útliti til að koma á framfæri ónákvæmri framsetningu á raunveruleikanum.

Kjarni blekkingar liggur í felum. Algengar blekkingaraðferðir eru:

Áróður felur í sér að dreifa röngum upplýsingum sem sannleika eða staðreyndum, á meðan felulitur dyljar hið sanna eðli hlutanna; dæmi gæti verið að nota góðgerðarstarf sem skjól til að síast inn á svæði.

Tilgerð vísar til þess að taka á sig alter ego; td að þykjast vera saklaus þegar maður er sekur, vera veikur þegar þér líður fullkomlega heilbrigður, þykjast sorg þegar þú ert í raun að fagna einhverju mikilvægu o.s.frv.

Mystification - Skapaðu aura hins yfirnáttúrulega með því að halda eftir upplýsingum eða bregðast við á þann hátt sem virðist yfirnáttúrulegur, gera þig aðlaðandi fyrir þá sem hallast að trú.

Fölsun: Galdrakarlar, töframenn og leikarar beita oft þessari aðferð til að draga athygli fólks frá sjálfum sér og í átt að þér og beina henni í hag til að ná persónulegum markmiðum. Þessi aðferð virkar líka vel þegar reynt er að ná árangri með opinberum sýningum eins og tónleikum.

Tegundir blekkinga
Blekking tekur tvær aðalmyndir.

Lygar með þóknun (dreifingu) - eru virk form blekkingar. Sá sem tekur þátt í að ljúga með þóknun blekkir beint eða lýgur beint með því að breyta efnislegum staðreyndum vísvitandi sér til hagsbóta.

Eftirlíking eða slepptingu (Ljúga með svikum) - Eftirlíkingarlygar eru óbein form blekkingar þar sem einhver sem stundar svik breytir ekki beint efnislegum staðreyndum; fremur leyna þeir þeim sem hefðu breytt ákvarðanatöku þeirra sem verið er að blekkja.

Dupery

Dupery, eins og allar blekkingar, gengur lengra til að græða á fórnarlömbum í persónulegum ávinningi. Dupery felur í sér að setja gildrur eða beita sem festa fórnarlömb áður en þau eru misnotuð til persónulegs eða illgjarns ávinnings.

Innræting
Innræting vísar til þess ferlis að innræta einhverjum skoðanir án þess að gefa þeim tækifæri til sjálfstæðrar gagnrýninnar rannsóknar.

Aðferðir sem notaðar eru við innrætingu:

Rote þjálfun - þessi æfing að innprenta upplýsingar inn í minningar fólks með endurteknum aðgerðum eins og að endurtaka möntrur meðan á bænum stendur eða að telja malaperlur meðan á bæn stendur er þekkt sem óaðfinnanleg þjálfun.

Fólki sem er þjálfað í að gera staðfestingar er sagt að segja orð sem staðfesta ákveðnar fullyrðingar og skapa þannig þá tilfinningu að þær fullyrðingar séu sannar.

Hindrun sannleikans og staðreynda - með þessari aðferð er leitast við að koma í veg fyrir að þeir sem eru innrættir fái aðgang að heimildum sannleikans eða staðreynda, eins og bækur sem taldar eru „satanískar“. Hræðslusálfræðiaðferðir geta einnig verið notaðar eins og að vara þá við að þeir muni upplifa martraðir eða verða heimsótt af vampíruanda ef þeir lesa slíkar bækur.

Játning - Hvert og eitt okkar hefur fortíð fulla af synd. Það gætu verið hlutir sem við gerðum sem gera okkur eftirsjá; ein innrætingaraðferð felur í sér að neyða fólk til að játa. Þegar fólk hefur játað, minnkar siðferðislegt vald þeirra fyrir innrætingum, sem leiðir þá inn á braut undirgefni í átt að innrætingu.

Einangrun - meginmarkmið einangrunar er að fjarlægja einhvern frá áhrifum sem gera innrætingu ómögulega eða erfiðari, skera þá alfarið frá fjölskyldu, samfélagi eða eðlilegum samböndum. Þannig geta fórnarlömb orðið útilokuð frá fjölskyldu, samfélagi og eðlilegum samböndum, sem leiðir til þess að þau trúi hverju sem er sagt af innrætingum þeirra án þess að fá aðra skoðun varðandi þessar fullyrðingar frá traustum þriðja aðila. Einangrun þjónar líka sem hindrun þegar ekki er hægt að meta sannleika og staðreyndir á hlutlægan hátt út frá traustum sjónarhornum þriðja aðila.

Sektarálagning - Sektarálagning er svipað og þvinguð játning; sektarálagning felur hins vegar í sér að innræta fórnarlambið sektarkennd sem finna leiðir til að uppgötva hvers kyns misgjörðir og nota síðan verknaðinn gegn þeim til að beita þeim sekt. Rétt eins og þvinguð játning er meginmarkmið þessarar aðferðar sektarkennd.

Játning getur verið til þess að grafa undan siðferðislegri stöðu fórnarlambs og þrýsta á það til sálrænnar undirgefni.

Fælniálagning - Sálfræðilegan ótta er hægt að innræta með innrætingartækni; fórnarlömb eiga sífellt erfiðara með að starfa utan áhrifasviðs síns. Dæmi um hvatningu um fælni Tryggingafyrirtæki nota ótta-framkallandi aðferðir á hugsanlega viðskiptavini með því að ýkja hugsanlega áhættu sem gæti átt sér stað ef hugsanlegur viðskiptavinur kjósi að tryggja ekki líf eða eignir ástvina, á meðan stjórnvöld grípa oft til að vekja ótta til að knýja fram dagskrár.

Helgisiðir hafa óafmáanlegt mark á sálfræði manns, sem útskýrir hvers vegna svo margar hefðir, trúarbrögð, sértrúarsöfnuðir, stjórnmálasamtök og borgaralegir hópar nota helgisiði sem þátt í venjum sínum. Helgisiðir geta verið framkvæmdir fyrir bæn eða greftrunarþjónustu sem og áður en stríð hefst - þessar athafnir auka næmni fyrir hvaða tillögum sem innrætingar kunna að koma fram.

Framkölluð ósjálfstæði – Þeir sem beita þessa aðferð oft í samböndum þar sem þeir vilja ná yfirhöndinni yfir fórnarlömb sín, til dæmis heimsvalda- eða nýlendustefnur sem viðhalda fátækt áður en þeir þykjast bjarga henni frá örlögum sínum. Þeir kunna að bjóða upp á skilyrta aðstoð eða styrki sem innihalda skilyrði sem ætlað er að auka ósjálfstæði og gera fórnarlömb hættara við misnotkun. Þar sem þessi vísvitandi fátækt hefði ekki leitt til svo mikillar fátæktar eða leitt til svo rausnarlegrar aðstoðar og styrkja, veldur þetta háð. Hjónafélagar leyfa oft óöruggum maka að skapa aðstæður sem gera maka sínum háðan; óöruggur eiginmaður gæti gert hana traustari.
Þegar eiginkona hans missir vinnu getur óöruggur eiginmaður auðveldara stjórn á og stjórnað atvinnulausum maka sínum þar sem hann er aðaluppspretta fjárhagslegs sjálfstæðis hennar. Skortur á fjárhagslegu sjálfræði gerir hana viðkvæma fyrir fyrirmælum eiginmanns síns.

Refsing - Með því að búa til hvatakerfi og bjóða upp á próf/próf sem refsingu er þeim sem standast innrætingaráætlun sína refsað í samræmi við það.

Einkenni innrætingar

Það kemur ekki á óvart að innræting gengur yfir flesta þætti lífs okkar - hún á sér stað á heimilum (af foreldrum og kennurum), skólum (af kennurum), opinberu lífi (af stjórnmálamönnum og stjórnvöldum) o.s.frv.

Hér eru nokkrir lykileiginleikar innrætingartækja:

Ótti, dogmatismi, bókstafstrú, vitsmunaleg lokun og skynjaður sviptingur sem
uppspretta innrætingar
Það geta verið ýmsar leynilegar og augljósar uppsprettur innrætingar; hér eru nokkrar
algengar heimildir:

Trúarstofnanir, skólar og menntastofnanir

Leiðbeiningar foreldra um fjölmiðla (almennt, óhefðbundin miðlun og
samfélagsmiðlasíður).

Stjórnmálamenn
Heilaþvottur fyrir hjónaband Hugtakið „heilaþvottur" vísar til þess ferlis að losa
núverandi hóp af gömlum viðhorfum úr kerfi sínu í þágu nýrra sem koma án þess að
einhver sé beðinn um eða samþykkt af fúsum vilja. Heilaþvottur á sér stað án
samþykkis.

Heilaþvottur getur tekið á sig margar myndir; stundum er það lúmskur og ósjálfráður
en stundum ofbeldisfullur. Eitt ofbeldisfullt dæmi var þvinguð trúskipti í krossferðum
og jihad. Fórnarlömb í slíkum tilvikum eru meðvituð um hvað er að gerast, en
viðurkenna það sem árangursríkt viðbragðstæki til að forðast meiri skaða eins og
dauða.

Ofbeldisfullur heilaþvottur á sér venjulega stað innan herskárra sértrúarsafnaða eða
glæpasamtaka þar sem fórnarlömb finna sig föst án undankomuleiðar.

Hugsanleg fórnarlömb ofbeldisfulls heilaþvottar eru:

Fangar (sérstaklega stríðsfangar)

Þrælar í haldi
Rænt fórnarlömb þrælahalds til sölu af ræningjum
Ólöglegar geimverur Fíngóður heilaþvottur á sér oft stað án vitundar frá
fórnarlambinu; hér horfir gerandinn eftir næmum fórnarlömbum sem auðveldara er
að sannfæra. Ennfremur lenda þessi viðkvæmu fórnarlömb venjulega í skelfilegum
aðstæðum, sem veldur sálrænum tómum sem þrá uppfyllingu.

Hér að neðan eru nokkur hugsanleg fórnarlömb óafvitandi heilaþvottar:

Ert þú að búa við óþekkt langvinn veikindi? Ef já, vinsamlegast lestu þetta.

Unglingar sem hafa farið að heiman til að búa einir búa yfirleitt fjarri lagi.

Fólk sem hefur misst vinnuna og þjáist tilfinningalega er í mikilli örvæntingu.

Að missa ástvini með skilnaði eða dauða getur verið hrikalega sárt.

Algeng skref í heilaþvotti

Eftirfarandi eru nokkur skref sem heilaþvottavélar taka venjulega þegar þeir reyna að heilaþvo fórnarlömb sín:

1. Einangrun
2. Árás á sjálfsálit undirgefni
Prófa 5 Love Bombing
Heilaþvottavélar skilja að fjölskylda eða nánustu meðlimir gætu fljótt greint hvað er að gerast með fórnarlambið og þannig bjargað því, þannig að fyrsta skrefið sem þeir taka til að undiroka fórnarlambið er að einangra hann frá þeim sem eru nálægt þeim, eins og fjölskyldu eða vinum. .

Cultic leiðtogar, til dæmis, geta innrætt neikvæðum skoðunum náinna fjölskyldu og vina í fórnarlömbum, skapa sundrun milli sín og ástvina vegna heilaþvottaaðferða sem notuð eru gegn þeim af svo sem geðrænum vampírum sem tæma orku í burtu og gera fólk langveikt; fórnarlambið gæti fallið fyrir slíkum heilaþvottaaðferðum vegna veikinda og örvæntingar - að einangra sig á endanum frá einhverjum sem hefði getað bjargað því frá heilaþvotti með öllu.

Árás á sjálfsálit Fórnarlamb sem þjáist af lágu sjálfstrausti eða þjáist af lágu sjálfsáliti er viðkvæmt fyrir heilaþvotti og því leitast heilaþvottamaður við að ná þessu ástandi með því að ráðast á sjálfsálit þeirra.

Heilaþvottamenn beita ýmsum aðferðum til að grafa undan tilfinningu fórnarlambsins um sjálfsvirðingu, svo sem:

Munnlegt og líkamlegt ofbeldi - oft notað í ofbeldisfullri heilaþvottaaðferð til að gera fórnarlamb þeirra mannlaus og grafa undan verðugleikatilfinningu þess.

Svefnskortur - Án fullnægjandi afslappandi hvíldar er fólk viðkvæmara fyrir sálrænum þrýstingi vegna skertrar meðvitundar. Án fullrar meðvitundar verða leiðbeiningar um heilaþvott auðveldari fyrir þreyttan einstakling sem leitar aðeins að friði og ró svo hann geti sofnað fljótt.

Hræðsla-ógnun er ein af mörgum aðferðum sem heilaþvottavélar nota til að þvinga einhvern til undirgefni án vilja þeirra, svo sem með hótun um refsingu eða refsingu sjálfri.

Vandræði - það er hægt að nota þessa aðferð ef hugsanlegt fórnarlamb geymir eitthvað ósmekklegt leyndarmál sem það vill frekar vera falið, til dæmis með því að nota ýmsar leiðir til að ná nektarmyndum eða framkalla hjúskaparótrú hjá slíkum einstaklingum. Þegar heilaþvottamaður hefur eignast þessi efni byrjar hann/hún að skamma fórnarlambið á lúmskan hátt án þess að opinbera neitt um þetta efni heldur nota almenn hugtök sem gefa til kynna siðlausa hegðun fyrir hönd skotmarks síns. Fórnarlambið skilur hvert þessar vísbendingar leiða og er því staðráðið í að koma í veg fyrir að heilaþvottavélin upplýsi þetta vandræðalega innihald og gefur honum/henni yfirhöndina sem þarf til að heilaþvo fórnarlambið. Dæmi um atburðarás í heilaþvotti felur í sér að þvinga fórnarlömb til að framkvæma helgisiði sem grafa undan eigin virði og sjálfsvirðingu og leggja þau enn frekar undir heilaþvottinn sinn. Með tímanum geta fórnarlömb þróað með sér Stokkhólmsheilkenni þar sem þeir byrja að styðja heilaþvottinn sinn í stað þess að berjast á móti.
Verndaðu heilaþvottavélina (sem, ómeðvitað, þýðir að vernda "leyndarmál þeirra")

Heilaþvottar nota skortsköp eins og skömmtun á helstu nauðsynjum og sleppa þeim aðeins eftir að einstaklingur framkvæmir samkvæmt fyrirmælum þeirra, til að undiroka fórnarlömb. Heilaþvottur leitast við að koma fórnarlömbum undir algjöra stjórn þannig að þau verði algjörlega undirgefin.

Hér að neðan eru nokkrar aðferðir sem notaðar eru til að undiroka:

Extreme Abuse mes Us vs Them
Ástarsprengjuárásir Extreme abuseachtig Fórnarlamb verður fyrir mikilli misnotkun; oft er andlegt og andlegt ofbeldi beitt, þar sem líkamlegt ofbeldi er aðeins notað í ofbeldisfullum heilaþvotti en ekki lúmskum heilaþvottaaðferðum.

Okkur á móti þeim
Fórnarlambið er þvingað til að velja á milli heilaþvottamanns síns og samfélagsins í heild. Það er enginn möguleiki á undankomu fyrir þetta fórnarlamb.

Heilaþvegnir einstaklingar kynna fórnarlömb sem enn geyma einhverjar hugsanir um „þau“, umheiminn. Allar tilraunir fórnarlamba til að íhuga að vera áfram með „okkur“, heilaþvegnum einstaklingum, mun leiða til alvarlegrar misnotkunar þar til þau ákveða að taka þátt í heilaþvotti sínum og yfirgefa „þau“.

Próf, eða mat,
Próf fer fram til að ganga úr skugga um hvort fórnarlambið hafi valið sitt og vilji ekki
lengur ganga til liðs við „þeim", á sama tíma og hann/hennar hlýðni er prófað.

Undir leynilegri stjórn er heimilt að sleppa fórnarlömbum í „þeim" (almenningunni)
með því skilyrði að þau snúi aftur á ákveðnum degi og fylgst með leynilegu eftirliti til
að sjá hvort þau kjósi að koma aftur inn í „okkur" (heilaþveginn hópur).

Ef fórnarlambið vill ekki snúa aftur, þá er honum eða henni rænt og skilað inn í
foldina okkar - og þannig byrjar vítahringurinn aftur.

Ef fórnarlambið snýr aftur fúslega, förum við yfir á svið tvö, þekkt sem
ástarsprengjuárás.

Flestum fórnarlömbum finnst ferðin aftur út í samfélagið vera of krefjandi og kjósa
því að snúa aftur heim frekar en að endurbyggja það sem tapaðist.

Ástarsprengjuárásir Þegar próf hafa sýnt fram á að fórnarlamb hefur verið heilaþvegið
með góðum árangri, er hægt að nota ástarsprengjutækni til að hvetja hann til að vera
með.

Ástarsprengjuárásir geta falið í sér lof, kynningu í röð eftir viðfangsefnum, gjafir sem
berast o.s.frv.
Myrkur tæling "Dark seduction" vísar til notkunar á sálfræðilegum tækjum sem eru
hönnuð til að nota myrkar tælingaraðferðir gegn einstaklingum í því skyni að tæla þá
inn í sambönd sem fullnægja aðeins eiginhagsmunum eins aðila og skila ekki
áþreifanlegum arði fyrir hvoruga aðila sem hlut eiga að máli.

Samviskulaus tælandi leikur á langanir fórnarlambsins til að fullnægja eigin lostafullri
dagskrá.

Þó að tæling sé oft tengd hinu kyninu, getur það einnig átt við einhvern af sama kyni
og jafnvel þá sem skilgreina sig sem ókynhneigða.

Myrkur tæling felur ekki eingöngu í sér kynferðislegar athafnir; frekar notar það
kynferðislega örvun til að ná ákveðnum markmiðum.

Kynferðisleg örvun gerir fórnarlömb minna rökrétt og rökrétt og því opnari fyrir
meðferð.

Hér að neðan eru nokkrar aðferðir við myrkri tælingu:

Ástarsprengjuárásir fela í sér að senda öðrum ögrandi orðatiltæki sem gjafir, með eða
án þess að beðið sé um það sérstaklega.
Meginmarkmið myrkra tælingar er að höfða til frumstæðs auðkennis einstaklings og
draga úr and-kathexis; þannig að hvetja hann eða hana til að slíta sig frá ofur-egoinu
og síga niður til Id þar sem hedonismi er til.

Erótískar aðgerðir og verðlaun geta verið beitt gegn fórnarlambinu til að styrkja þetta
auðkennisástand og fjarlægja allar vísbendingar um ofur-ego eða and-cathexis.

Oftar en ekki getur innræting og heilaþvottur hjálpað til við að taka niður ofur-egóið
manns. Dáleiðing er hins vegar notuð sem öflug tækni í þessu skyni - að draga huga
einhvers í opið ástand þar sem hægt er að sannfæra hann með hvaða ábendingu sem
þú gefur þeim.

Einstaklingur í dáleiðslu er svipaður og sofandi gangandi; vitund þeirra beinist
einstaklega að því að ganga án þess að taka inn merki utanaðkomandi.

Meðan hann er í dáleiðandi ástandi getur einstaklingur ekki meðvitað dregið tilvísanir
frá utanaðkomandi heimildum - aðeins frá tillögum. Jaðarvitund minnkar eða hverfur
með öllu þegar hugur þeirra festist inni í órjúfanlegri loftbólu sem er ógegnsæ fyrir
utanaðkomandi merki sem venjulega myndu komast í gegnum hana.

Svefnlyfjaörvun
Svefnleiðsla felur í sér að gefa einhverjum leiðbeiningar og tillögur sem ætlað er að
framkalla dáleiðslu.

Helstu eiginleikar dáleiðslu:
Einbeitt athygli beinist að einum hlut eða hugmynd Einangrun frá jaðarvitund

Aukin móttækileiki fyrir uppástungum Helsti greinarmunurinn á hvítri og dökkri
dáleiðslu liggur í ætlun dáleiðsluþegans: dökk dáleiðslu miðar að því að nýta
viðfangsefni sitt til sjálfsbjargarhagnaðar frekar en að hjálpa þeim að bæta sig með
jákvæðum tillögum innan dáleiðslunnar.

Hvít dáleiðsla miðar að því að draga úr áföllum eða skaðlegum meðvitundarástandi
með því að hjálpa svefnlyfjum að losna úr þeim fljótt og vel. Dáleiðslumeðferð er oft
talin helsta form hvítrar dáleiðslu, oft kölluð lækningadáleiðslu.

Dáleiðslumeðferð

Dáleiðslumeðferð er form af hvítri dáleiðsluörvun sem læknar nota í lækningaskyni. Meginmarkmiðið er að hjálpa til við að lækna frá sálrænum, tilfinningalegum og jafnvel líkamlegum áföllum.

Dáleiðslumeðferð er hægt að nota sem áhrifaríka aðferð til að draga úr verkjum með því að hjálpa sjúklingi að fjarlægja sig frá uppsprettu óþæginda sinna og minnka þannig næmi fyrir þeim sársauka.

Staðreyndir um dáleiðslu: Dáleiðsla er valfrjáls viljandi Börn eru næmari fyrir dáleiðslu EN fullorðnir

15% fólks eru næm fyrir dáleiðslu.

Aðeins sjaldan er hægt að dáleiða 10 prósent einstaklinga.

Fólk sem hefur tilhneigingu til að fantasera er viðkvæmara fyrir því að dragast inn í dökka dáleiðslu. Auk þess gæti þetta haft slæmar afleiðingar.

Það hafa verið mörg fórnarlömb myrkra svefnlyfja. Algengar orsakir eru:

Dáleiddur svo djúpt að þú afhendir dáleiðanda fúslega eigur

Er verið að dáleiða þig til að opna dyrnar viljandi fyrir ræningja?

Er verið að dáleiða þig og fylgja mannræningjum fúslega í hol þeirra? Ef það er tilfellið fyrir þig mun það líklega leiða til mannráns og misnotkunar að vera dáleiddur þannig að þú fylgir þeim inn í hol þeirra.

Að skilja meðferð hefur lengi verið hluti af lífinu; það þarf ekki að koma á óvart að fortölur hafi lengi verið stundaðar sem kunnátta. Það er nauðsynlegt að viðurkenna hver sannur kjarni þess er ef þú vilt takast á við áhrif þess á áhrifaríkan hátt.

Í þessum kafla munum við fara stuttlega yfir sálfræði meðferðar til að skilja betur hvar hún gæti verið til í lífi okkar og hverjir gætu reynt að arðræna okkur. Það getur einnig aðstoðað við að bera kennsl á þá sem reyna að hafa áhrif á okkur án þess að við gerum okkur grein fyrir því - til dæmis gæti yfirmaður hvatt starfsmenn sína til að koma fram á hátt sem er andstætt eðlilegum persónuleika þeirra og hegðun; Að læra hvernig verslun notar fíngerða sannfæringartækni mun hjálpa þér að berjast gegn útbreiddri krafti þess.

Samfélagið okkar hvetur okkur til að líta á okkur sem sjálfstæða einstaklinga sem geta tekið skynsamlegar ákvarðanir; þó, þegar kemur að ákvörðunum í lífinu höfum við ekki alltaf fulla stjórn. Börn geta oft orðið fyrir miklum áhrifum frá foreldrum sínum og skortir alla stjórn á því ferli sem þau voru alin upp við. Þegar við erum komin inn í menntakerfið verðum við enn frekar handónýt. Kennarar kenna okkur allt um félagsleg viðmið og væntingar í samfélaginu; seinna sem fullorðin erum við dregin inn af stjórnmálamönnum í leit að atkvæðum. Margir eru fengnir til að kjósa ákveðna flokka með því sem þeir lofa til framtíðar, jafnvel þótt þeir trúi ekki á stefnu þeirra. Þetta gefur stjórnmálamönnum völd sem geta haft bein áhrif á líf okkar; erum við í raun og veru við stjórnvölinn eða erum við einfaldlega undir stjórn þeirra sem hafa hæfileikaríka sannfæringartækni?
Síðar í þessari bók munum við fara yfir hvernig hægt er að takast á við ýmsar manipulationsaðferðir, bæði augljósar og leynilegar. Í fyrsta lagi verður þú að læra að þekkja þegar verið er að stjórna þér svo þú getir unnið gegn því; í þessu skyni munum við einnig kanna hvað sérfræðingar segja um þessa tegund hegðunar sem er til staðar meðal okkar.
Ertu að líða að þér sé stjórnað?

Hvers konar hluti verðum við að vera á varðbergi gagnvart í daglegu lífi okkar?

Sannfærandi tungumál Þó myndir segi þúsund orð geta orð verið mun áhrifaríkari þegar þau eru notuð til að hvetja, hvetja og sannfæra. Hugsaðu bara til baka um öll þau skipti sem þú varst innblásinn af heillandi ræðumanni sem djarflega ræður hans veittu þér innblástur og hvatningu til verka; eða þegar við týndumst algjörlega í frábærri bók með orðum sem segja aðra sögu! Tungumál getur verið afar öflugt afl þegar það er notað á áhrifaríkan hátt þegar það er sannfært aðra um eitthvað;

samskipti eru ótrúleg kostur þegar reynt er að breyta hegðun fólks eða láta fólk skipta um skoðun á einhverju.

Psychological Manipulation Theories 1 Vitsmunaleg

Sálfræðileg ferli og kenningar í kringum sannfæringarkraft eru vel þekkt; ein slík kenning þróuð af Anthony Greenwald árið 1968 er Cognitive Response líkanið. Þótt þær hafi verið búnar til fyrir meira en 40 árum eru meginreglur þess enn viðeigandi í dag og notaðar mikið í auglýsingum og annars konar fortölum.

Greenwald lagði til að: Það sem raunverulega ræður árangri sannfæringarkrafts liggur ekki í orðum heldur tilfinningum viðtakandans, innri einræðu þeirra og hvort hann lítur á boðskapinn með jákvæðum eða óhagstæðum hugsunum (skilvit). Þetta ferli þarf ekki að fela í sér að læra nýtt efni heldur ræðst það af því hvort einhver lítur það nú þegar þannig á að áhrif séu meira og minna auðveld fyrir hann.

Sannfæringaraðilar verða að treysta á kunnáttu sína sem sannfæringaraðila til að sigrast á öllum mótrökum sem koma upp gegn sannfæringarviðleitni þeirra. Þeir ættu að koma í veg fyrir að skotmark þeirra hafi nægan tíma til að búa til eigin mótrök og ættu að hvetja jákvæð rök til að koma fram og gefa „sannfæringaráhrifunum" meiri möguleika á árangri.

Sannfæringarkraftur verður erfiðari ef fyrirhugað skotmark hefur verið varað við hverju á að búast, sem gefur þeim tíma til að undirbúa eigin rök gegn því sem kann að virðast gagnsæi fyrir þá. Richard E. Petty framkvæmdi rannsóknir sem sýndu fram á mikilvægi forviðvörunar árið 1977: nemendur sem fengu tilkynningu um ákveðna atburði voru ólíklegri til að sannfærast en þeir sem ekki höfðu tilkynnt fyrirfram.

Gagnkvæmni

Regla um gagnkvæmni gefur aðra forvitnilega skýringu á næmni okkar fyrir sannfæringarkrafti: hún byggir á félagslegum venjum - ef einhver gerir þér greiða eða gefur þér eitthvað gott, er líklegra að þú sért skyldugur til að skila greiðanum í einhverri mynd.

Ómeðvitað getur Regla um gagnkvæmni átt sér stað. Án þess að gera þér grein fyrir því gætirðu samþykkt að gera aðgerð eða greiða fyrir einhvern vegna þess að á einhverjum tímapunkti hefur hann gert eitthvað gott fyrir þig - jafnvel þótt þessi beiðni myndi venjulega falla utan valdsviðs þíns. Að finna fyrir skyldu gæti jafnvel haft sína kosti;

Fyrirtæki sem nota sölutækni nota venjulega þessa aðferð til að auka sölu. Fyrirtæki bjóða upp á ókeypis sýnishorn eða tímabundnar prufur í von um að viðskiptavinir telji sér skylt að skila greiða með því að kaupa vöru sína eða halda samningnum áfram.

Gagnkvæmni er viðurkennt sálfræðilegt ferli og aðlögunarhegðun, sem eykur möguleika okkar á að lifa af í gegnum söguna. Að hjálpa öðrum getur aukið möguleika þína á að fá hjálp í staðinn, en gagnkvæmni getur haft óæskilegar aukaverkanir; til dæmis ef einhver skaðar þig þá gæti gagnkvæmni leitt til hefndarviðbragða gegn þeim.

Fræðilegar rannsóknir styðja regluna um gagnkvæmni. Burger o.fl. (2009) komust að því að þátttakendur væru líklegri til að samþykkja beiðnir frá einhverjum sem hafði gert þeim greiða áður.

Upplýsingameðferð Skref 3

Blekking er ein helsta aðferðin sem stjórnendur nota. Þessi stefna felur í sér að bjóða fórnarlömbum takmarkaðar og ruglingslegar upplýsingar til að breyta hugsunarmynstri þeirra og gera þau næmari. Svik geta einnig falið í sér að beita viljandi líkamstjáningu til að sannfæra og hagræða einhverjum.
McCornack o.fl. (1992) gerðu rannsókn sem sýndi fram á ýmsar leiðir til að falsa skilaboð til að aðstoða við meðferðarferli. Kenning McCornacks hvílir á fjórum meginreglum sem ráða sönnum staðhæfingum; hvers kyns brot mun gera þessi skilaboð sem vísvitandi svik. Þau innihalda:
Magn Upplýsingar „magn" vísar til þess hversu mikið er gefið út. Flest okkar leitast við að gefa út næg gögn svo viðtakandinn skilji skilaboðin okkar - hvorki of lítið né of mikið getur valdið ruglingi. En stjórnendur geta leikið sér með það magn með því að halda eftir ákveðnum hlutum sem þeim finnst óviðkomandi rökum sínum eða með því að halda eftir upplýsingum sem þeir telja að muni grafa undan því - þessi venja er þekkt sem "að ljúga með því að sleppa."

Gæði vísar til nákvæmni upplýsinga sem afhentar eru. Sönn samskipti eru í háum gæðaflokki, en þegar við brjótum þessa meginreglu heyrir viðtakandinn vísvitandi ósannindi sem gefa stjórnandanum vald yfir öðrum.

Mikilvægi Hér er átt við "mikilvægi" upplýsinga sem tengjast skilaboðum okkar. Til þess að afvegaleiða óþægilega spurningu eða komast hjá óþægilegri umræðu, skipta stjórnendur oft um viðfangsefni sér til hagsbóta - annað hvort til að fela veikleika innra með sér eða leggja of mikla áherslu á eitthvað sem gefur þeim meira vald yfir hlustanda sínum.

Afhendingarmáti Kynning ræðst af því hvernig hún er „afhent". Líkamstjáning spilar stóran þátt í þessu. Þegar við hlustum geta beygingar og svipbrigði gefið upp hvaðan skilaboð koma; stjórnendur gætu ýkt þessa eiginleika til að villa um fyrir hlustendum að trúa því að boðskapur þeirra leggi áherslu á dagskrá þeirra í staðinn.

Að ráðskast með eða sannfæra aðra með svikum er ekki ný aðferð; Hins vegar hefur notkun þess orðið sérstaklega öflug í nútímasamfélagi.
Samskipti á netinu og samfélagsmiðlum fela ekki alltaf í sér augliti til auglitis, sem gerir það auðveldara fyrir stjórnendur að dreifa ósannindi eða ýkja upplýsingar. Stjórnendur gætu dafnað með því að nota slík samskipti.

4 Nudge Ekki er öll meðferð skaðleg; stundum þurfum við aðstoð við að taka ákvarðanir sem munu gagnast okkur sjálfum til lengri tíma litið. Til að ná þessu markmiði getur Nudge Theory verið sérstaklega gagnleg: auka jákvæða styrkingu með því að gefa varlega ýtt í litlum skömmtum í gegnum ýmis "nudge".

Rannsóknir Skinners, eða atferlishyggja, sýna hversu gagnleg þessi kenning getur verið. Með því að bjóða upp á jákvæða styrkingu í formi verðlauna fyrir æskilega hegðun, getur þessi kenning ýtt fólki í æskilega átt.

Eitt dæmi um „nudging" má sjá hér. Þótt að bæta við dýrum hlutum gæti virst óheppilegt, jók niðurstöðurnar í raun sölu á næsthæsta vörunum - sem gaf viðskiptavinum ýtt til að kaupa það - allt til hagsbóta fyrir veitingamenn og botnlínur þeirra.

Richard Thaler er almennt álitinn „faðir" Nudge Theory og hlaut Nóbelsminningarverðlaunin í hagfræði fyrir mikilvægt framlag sitt til atferlishagfræði. Nudge Theory veitir jákvæða styrkingu eða "nudges".

Nudge Theory getur verið afar áhrifarík hagfræðikenning; þó, beiting þess nær langt út fyrir hagfræði til að hvetja til hegðunarbreytinga og hafa áhrif á persónulegt val sem og breyta viðurkenndum félagslegum viðmiðum á þann hátt.

Nudging hefur reynst svo vel að árið 2010 stofnaði breska ríkisstjórnin deildarteymi um atferlisinnsjón sem var tileinkað stefnumótun - almennt nefnt Nudge Unit. „Nudging" getur haft augljósa kosti fyrir samfélagið í heild, en að nota slíkar sálfræðilegar aðferðir til að hafa áhrif á fólk getur brotið gegn einstaklingsbundnum borgaralegum réttindum.

5. Félagsleg meðferð

Einnig nefnt sálfræðileg meðferð, félagsleg meðferð getur verið notuð af stjórnmálamönnum og öðrum valdamiklum einstaklingum í persónulegum ávinningi. Í sinni verstu mynd þjónar það sem form félagslegrar stjórnunar með því að taka af einstaklingsréttindum einstaklinga til að þvinga almenning til að þiggja það sem þeim hefur verið gefið; en félagsleg meðferð getur verið jákvæð þegar hún er notuð til að bæta persónulega heilsu eða vellíðan.

Félagslegir stjórnendur nota truflandi aðferðir til að beina frá mikilvægum málum. Tillögur þeirra myndu væntanlega gagnast öllum, þar á meðal fjölskyldu þinni og framtíð hennar; allar ólíkar skoðanir væru rangar og eigingirni - þessi tegund af fortölum kemur fram við einstaklinga eins og börn; þetta kerfi reynir að sannfæra mannfjöldann um að allt sem fór úrskeiðis væri á þeirra ábyrgð, svo hlustaðu vandlega þegar ráðleggingar frá sérfræðingum berast til að finna lausn.

Slík pólitísk stefna myndi setja fram eitt þjóðfélagsmál en leyna öðru - til að skapa félagslega ólgu og læti meðal íbúa og koma á breytingum sem þeir krefjast. Eitt slíkt dæmi gæti verið þegar ein deild vill fela heilsugæsluvandamál með því að draga úr fjárveitingum til að koma í veg fyrir glæpaforvarnir og keyra þannig glæpatölfræði upp veldishraða; upplýsingar verða síðan gefnar út aftur um lausnir á glæpavandamálum með því að stjórnmálamenn dreifi sannleika sínum og staðreyndum sem eru kannski ekki alltaf réttar (þ.e. misnotkun á tölfræði).
Félagsleg meðferð gæti tekið mörg ár þar til æskileg niðurstaða hennar birtist.

Sálfræðileg meðferð er óaðskiljanlegur hluti af félagslegum áhrifum. Prófessor Preston Ni í samskiptafræðum birti grein í Psychology Today þar sem greint er frá þessari tækni þar sem einn aðili viðurkennir veikleika annars áður en hann ætlar sér vísvitandi að valda ójafnvægi í valdi til að misnota fórnarlömb í eigin ávinningi.

Gerir þetta okkur öll að félagsbrúðum? Að hluta. Flest okkar hlítum og fylgjum væntingum til að forðast stjórnleysi innan samfélagsins.

Hugsaðu í eina sekúndu um hvaða vöru eða græju þú myndir helst vilja kaupa: stakk vinur vinur upp á henni eða átti hana þegar? Líklegra er að það sé eitthvað sem einhver annar á nú þegar eða sem þú sást auglýst á netinu, sem gerir það að verkum að þú vilt það enn meira. Þetta er bara önnur form félagslegrar meðferðar; við getum auðveldlega sannfært okkur ef við sleppum gætinni; hvort það sé gott eða slæmt er undir hverjum og einum komið.

Félagsleg meðferð er ekki alltaf jafn slæm. Þegar það er notað á réttan hátt getur félagsleg meðferð í raun gagnast samfélaginu í heild. Til dæmis eru tilraunir heilbrigðissérfræðinga til að sannfæra okkur um að neyta meiri ávaxta og grænmetis með herferðum eins og „5 á dag herferðir" eða jafnvel herferðir gegn reykingum sem hafa dregið úr reykingum sem hafa leitt til minni sjúkdómstengdrar áhættu dæmi um árangursríkar þvinganir taktík eins og hún gerist best.

Gasljós - grimmasta form meðferðar
Meginreglur eins og að vita að þér sé gefið fölskum upplýsingum leiða til þess að þær verða að lokum samþykktar sem sannleika.

Gaslýsing er siðlaus mynd af meðferð; Gaskveikjarar valda því að fórnarlömb sín efast um sjálfan sig og missa allt traust á sjálfum sér, sem leiðir á endanum til þess að þau spyrja sjálfan sig frekar. Þetta leiðir til gríðarlegrar þjáningar þar sem sjálfsvirði þeirra rýrnar. Gaslighting miðar að því að óstöðugleika skotmarks síns, skapa sálræna eyðileggingu fyrir þá. Stjórnendur munu stöðugt setja niður skotmark sitt með því að andmæla þeim eða sannfæra þá um að þeir hafi alltaf rangt fyrir sér; stundum að leiða þá inn á þessa braut þar til þeir eru jafnvel sakaðir um að búa til lygar um sjálfan sig. Þetta er ástæðan fyrir því að fórnarlömb missa allt sjálfstraust; þegar þetta gerist er þeim algjörlega stjórnað af ráðríkum áhrifavaldi - þetta er dæmi um andlegt ofbeldi sem oft er að finna í ofbeldisfullum persónulegum samböndum - með stöðugum tilraunum til að láta fórnarlambið efast um sjálft sig og efast um allt sem það man eftir að hafa sagt eða gert í fyrri samskiptum við það. áhrifavaldur. Að lokum eru jafnvel minningar sjálfar dreginn í efa með þessum aðferðum sem notuð eru gegn fórnarlambinu með því að láta þau efast um jafnvel það sem þegar hefur verið sagt og gert í fyrri samskiptum við þann áhrifavald.

Gaslýsing þarf tíma áður en hún verður að fullu virk; Gerandi þess mun smám saman slíta fórnarlamb þeirra, þar til það á endanum leiðir til þess að það efast um eigin geðheilsu og efast um hvort meðferð hafi átt sér stað.

Dr. George Simon PhD er klínískur sálfræðingur frá háskóla í Texas sem hefur rannsakað fólk með vandasaman persónuleika. Niðurstöður rannsókna hans leiddu hann til þeirrar trúar að ákveðnir persónuleikar, einkum geðlæknar, séu færir í meðferð; afbaka staðreyndir og nota árásargjarnt orðalag til að vekja efasemdir í huga fórnarlamba sinna og fá þá til að efast um sjálfan sig og trúa að lokum að stjórnandinn hafi rétt fyrir sér; verða að lokum viðkvæm skotmörk undir hans eða hennar stjórn.

Gaslýsing er heldur ekki takmörkuð við einstaklinga; það hefur einnig verið notað af pólitískum aðilum. Maureen Dowd er einn slíkur höfundur og dálkahöfundur sem notar þessa aðferð.
Hún fullyrti að ríkisstjórn Hillary Clinton beitti gasljósaaðferðum gegn andstæðingi - Newt Gingrich úr stjórnarflokknum í andstöðunni var oft hvattur til að virka hysterískur með þessum aðferðum. Blaðamenn og sálfræðingar telja einnig að Donald

Trump hafi notað slíkar aðferðir bæði í forsetabaráttu sinni og meðan hann gegndi embættinu. Til dæmis taka þeir eftir því hversu oft hann segir eitthvað áður en hann dregur það til baka eða neitar jafnvel að segja það; sem þeir flokka sem klassíska gasljósatækni.
Félagi þinn er að blekkja og stjórna þér

Við skulum skoða nokkur dæmi um meðferð sem hafa komið fram í persónulegum samböndum, kannski getur þú þekkt einhver af þessum einkennum innra með þér?

Stjórnendur hafa tilhneigingu til að vera helteknir af stjórn; því meiri kraftur sem þeir hafa, því dýpra fara tennur þeirra í fórnarlambið.

Þeir munu brjóta gegn persónulegum mörkum annarra með athöfnum eins og njósnum og njósnum eða með djörfum opnum aðgerðum. Til að gera þeim kleift að gera þetta verður ekkert persónulegt eins og símar eða tölvur leyfðar í þinni vörslu; lykilorðunum þínum gæti jafnvel verið stolið án þess að þú vitir það. Á meðan gæta þeir harðlega á eigin landamærum ef persónulegt rými þeirra er í hættu á einhvern hátt.

Kröftugar aðgerðir eins og að hindra þig í að hitta ákveðna vini geta átt sér stað þegar einhver neitar að deila því sem tilheyrir honum eingöngu, eins og að hindra þig í að heimsækja þinn eigin félagshring. Í fyrstu munu þeir gera ljóst óþokka sína á þessum kunningjum á meðan þeir líta á þá sem hugsanlega ógn í hjarta sínu; öfund tekur sinn gang og getur jafnvel orðið árásargjarn.

Ef þú tekur ákvarðanir án þess að hafa samráð við þá fyrst, verða þeir ekki ánægðir. Þeir vilja ekki að þú notir frjálsan vilja eða annars gæti það leitt til þess að einn daginn farir þú frá þeim!

Eftirlit getur komið í formi ráðgjafar; þú hefur hins vegar ekki mikið val um að samþykkja það. Þeir eru að leiðbeina þér um hvað á að gera og hvernig á að bregðast við.
Samstarfsaðilar hafa tilhneigingu til að vilja ítarlega þekkingu á daglegu áætluninni þinni og öll frávik frá henni munu líklega hvetja þá til að rannsaka þig frekar. Komi eitthvað upp sem kemur þeim í opna skjöldu munu þeir vissulega spyrja og yfirheyra það.

Taktu eftir að þeir gagnrýna oft hvað sem þú segir opinberlega og gera lítið úr skoðunum þínum og hugsunum sem leið til að fullyrða vald sitt yfir þér.

Þetta fólk er ekki bara fljótt að gagnrýna þig, heldur fer það oft fram úr: sakar þig um að ljúga eða eiga lélegar minningar; stundum jafnvel með galla til að kalla þig manipulator!

Að stjórna manipulators getur aldrei verið ánægður; þegar þú heldur að þú hafir náð því marki, færa þeir það einu sinni enn - þannig að þú ert óviss um nákvæmlega hvar sambandið þitt stendur.

Ertu í móðgandi sambandi? Án efa, sambönd manipulators verða líklega óhamingjusamur sjálfur. Stjórnendur hafa tilhneigingu til að vera ófyrirsjáanlegir og geta skyndilega orðið ofbeldisfullir þegar reglur þeirra eru brotnar.

Það er aldrei auðvelt að brjótast út úr ofbeldissambandi, en það eru úrræði sem geta aðstoðað. Þegar það er öruggt að gera það skaltu leita á netinu að staðbundnum samtökum sem styðja fórnarlömb ofbeldisfélaga. Eyddu einnig vafraferlinum þínum þar sem ekkert verður lokað fyrir stjórnanda. Stressandi í fyrstu, en strax þarf að leita til nauðsynlegrar aðstoðar.
Vinir þínir nýta þig til að hagræða þér til að gera hreyfingar sínar.

Það getur eflaust verið krefjandi að mynda bönd í nýju umhverfi og stundum getur þetta ferli jafnvel verið ógnvekjandi eða fjandsamlegt! Þegar þetta gerist finnst fólki hins vegar oft eins og fiskur upp úr vatni - þessi firringartilfinning ætti aldrei að vera hunsuð! Við krefjumst öll vina í lífinu og að læra hvernig á að laða að þá ætti að líta á sem nauðsynlega færni sem allir einstaklingar búa yfir. Manneskjur eru félagsdýr í eðli sínu og sækjast eftir félagsskap frá öðrum - það eru örfáar undantekningar frá þeirri reglu!

Velja vini - Búðu til kjörinn prófíl fyrir hvers konar vini þú vilt.

Hér eru þrír breiðir flokkar vina:

Sæl og bless til kunningja minna (vinir).

Fólk sem þú hittir í gegnum sameiginlegt umhverfi - eins og vinnu - hefur tilhneigingu til að verða vinir þínir nánast sjálfkrafa, svo sem með því að kveðja og kveðja þegar þú hittir daginn; Þegar þeir eru komnir út fyrir þetta sameiginlega rými, eru þessir vinir (sem eru kannski aðeins kunningjar) sjaldan þátttakendur umfram þessi samskipti; þó það sé gaman að þekkja þá og nýta hæfileika þeirra þegar nauðsyn krefur, þá telja þeir kannski ekki endilega með sanna bandamönnum þínum (Grikkir telja að þú getir aðeins talið sanna vináttu á annarri hendi - eitthvað sem þarf að hafa í huga!).

Drykkjufélagar, golffélagar og verslunarfélagar - skemmtilegir vinir koma og fara í lífinu. Þeir deila með þér því sem gerir lífið skemmtilegt vegna þess að þeir hafa sjálfir gaman af því, hlæja oft og hafa ánægju af að eyða tíma í félagsskap hvers annars. Þó að slíkir vinir taki ekki endilega þátt í löngum samræðum um tilgang lífsins eða veruleika loftslagsbreytinga, verða þessi lausu félagslegu tengsl sem myndast með tímanum ómetanlegir félagar.

Öllum finnst gaman að skemmta sér, þannig að þegar tækifæri gefst eiga allir skemmtilega upplifun saman - þó það sé lítið hvað varðar dýpt í sambandi þeirra við þig.

Sálvinir

Þetta eru símtalsvinir þínir klukkan 3:00 - þeir sem þú getur treyst á að séu tilbúnir og tilbúnir til að tala ef þú truflar svefn þeirra klukkan 3! Með þetta fólk við hlið þér á ferðalagi muntu ekki drepa hvort annað áður en komið er á leið 66!

Löng, innihaldsrík samtöl, sameiginleg leyndarmál og gagnkvæmur stuðningur skilgreina þessa vináttu. Fólk sem stendur þér við hlið, í gegnum súrt og sætt, er sannir sálufélagar; þessir einstaklingar skilja þig náið á meðan þú endurgjaldar góðvild þeirra í sömu mynt. Sumir vinir geta verið þar frá fæðingu til dauða en aðra hittir maður á leiðinni. Það sem aðgreinir þessa vináttu frá þeim sem dofna með tímanum eða meðal félaga er dýpt samband þeirra. Það er erfitt að ná í sálarvini og þegar við hittumst aftur getur verið eins og enginn tími sé liðinn. Þið haldið áfram þar sem frá var horfið því þið þekkið hvort annað svo vel; eins og örlögin hefðu ákveðið að þetta yrðu vinir þínir. Sálfélagar endurspegla sjálfsmynd okkar og það sem er mikilvægt í lífi okkar; Þar að auki eru þeir til staðar þegar þú þarft einhvern vegna þess að þeir vita nákvæmlega hver við erum.

Það tekur tíma að mynda alvöru vináttu.

Sönn vinátta gerist ekki á einni nóttu. Með tímanum myndast varanleg og náin vinátta með raunverulegri efnafræði milli þeirra sem taka þátt. Eins og rómantísk sambönd treysta sönn vinátta á sömu grundvallarefnaskiptum sem tala beint til beggja aðila sem taka þátt - eins og innri söngur sem talar beint til beggja. Þú veist hvenær það er raunverulegt vegna þess að þessi bönd myndast ekki sjálf - frekar, þau eru til fyrirliggjandi veruleiki sem þú viðurkennir og bregst við. Þegar sannir sálarvinir koma inn í líf þitt í fyrsta skipti, verða áhrif þeirra óumdeilanleg: þú munt strax vita að einhver sem þú tengist samstundis er ætlaður þeim (ásamt því að vera til)!

Sálvinir geta gegnt ómetanlegu hlutverki í lífi þínu þar til það lýkur, hvort sem það er líkamlegt eða andlegt. Við vitum að þeir eru þarna, vitandi að við getum tekið upp símann og hringt hvenær sem er til að finna þá tilbúna til að spjalla; þessir vinir gera lífið svo sannarlega þess virði að lifa því! Það er það sem gerir þau sérstök og ótrúlega nauðsynleg.

Þó það sé auðvelt að þekkja sálarvini okkar við fyrstu sýn, getur heimurinn oft gert þetta erfitt. Samt sem áður hafa sálarvinir verið viðvarandi þrátt fyrir vantraust á menningu okkar: þeir gefast ekki upp á að leita að þér og þeir hætta ekki að reyna; Með tímanum verður tengslin á milli ykkar óslítandi og þið munuð hafa eignast bandamann fyrir lífstíð.

Svona geturðu orðið fær í að eignast ný kynni:

Hefur þú ofhugsað
Hefur þér einhvern tíma fundist óþægilegt að hitta einhvern, aðeins til að líða fljótt í návist hans eftir aðeins tvær mínútur að hitta hann? Mundu að að hitta nýja manneskju gefur enga vísbendingu um eðli þeirra eða hegðun; þess vegna væri tilgangslaust fyrir þig að ofgreina allt?

Og aftur, að gera ráð fyrir að hitta nýtt fólk verði skelfilegt, gerir þig bara hræddan í augnablikinu og getur breytt því að hitta einhvern nýjan í eitthvað sem þér líkar ekki eða mislíkar með öllu. Oftast þegar við finnum fyrir feimni við fólk er það vegna ótta sem kemur í veg fyrir að við getum átt þroskandi sambönd sem endast alla ævi - slæm reynsla af öðru fólki hindrar þetta vaxtarferli verulega; þess vegna er mikilvægt að við fjarlægjum okkur þessa blekkingu um skelfilega fundi eins fljótt og auðið er! Til að vinna gegn þessari tilhneigingu og tryggja að við myndum þýðingarmikil bönd ættum við að yfirgefa allar forsendur um að hitta fólk mun gera okkur hrædd, á varðbergi eða mislíka það með öllu - afnota sjálfan þig við þessa hugmynd svo þú ert frjáls tilbúinn til að mynda þroskandi langvarandi bönd sem ættu að endast ævilangt. Þess vegna væri best ef við komum á stað þessarar blekkingar að hitta einhvern muni gera okkur varkár eða viðbjóðsleg kynni munu eiga sér stað; venjulega leiða okkur niður þessa leið að líða óþægilega eða feimnislega við einhvern (eða einhver kynni sem eiga sér stað). Lífið færir okkur inn í einstök einangrun sem gerir okkur tortryggin, gerir lífið erfitt og að reyna að mynda varanleg tengsl getur tekið áratugi! Lausnin í þessu felst í því að gera lítið úr þessari goðsögn um að það að hitta einhvern muni gera það að verkum að hitta einhvern eða einhvern nýjan - reyndu í staðinn að gera þér lítið úr þessari hugmynd um að það að hitta einhvern þýði að óttast hann beinlínis frá því að hitta þá hugmynd að hitta einhvern nýjan þýðir að gera hvað sem er ...
Að hitta ókunnuga getur verið ógnvekjandi, svo hættu að hugsa um hvernig eigi að nálgast það fyrsta samtal; hvernig á að byggja upp þroskandi tengsl sem gætu auðgað líf þitt. Ofhugsun á þessum mikilvægu samböndum gæti leitt til þess að við verðum einmana og einangruð fólk sem aldrei raunverulega tengjumst á ekta eða varanlegan hátt hvert við annað eins og mönnum er ætlað að gera.

Hver veit nema hinn aðilinn sé kvíðin fyrir að hitta þig? Á þessum óvissutímum finnst okkur flestum vantraust á hvert annað og velta því fyrir okkur hvort einhver sem við hittum hafi raunverulegar hvatir og fyrirætlanir þegar við hittum hann. Líklegast gera þeir það; traust hefur glatast milli einstaklinga.

Slakaðu á og myndaðu í huga þínum jákvæða mynd af þessum fyrsta fundi; einn sem lýsir heilsu. Því miður geta margir dæmt þig ósanngjarnan við fyrstu sýn. Allir bera með sér menningarlegar forsendur um þá sem vert er að vita. Þú gerir það líklega líka. Lykillinn að því að opna þig fyrir öðrum og leyfa alheiminum að tengja þig er að opna þig og leyfa hlutum að þróast lífrænt - þetta gerir kraftaverk! Vinir sem vert er að eiga eru meðvitaðir um að það er óskynsamlegt að dæma eingöngu út frá yfirborðskenndum eiginleikum. Ótti býr aðeins í huga okkar - fjarlægðu hann! Leggðu allar forhugmyndir og ótta til hliðar og treystu innsæi þínu í staðinn til að lesa fólk á áhrifaríkan hátt. Treystu sjálfum þér og þekkingu þinni - þú hefur lært nógu mikið um fólk til að viðurkenna hvenær það er heiðarlegt eða ekki, með því að lesa hegðun þess, talmynstur og óorðna vísbendingar sem sýna hver það er í raun og veru. Treystu sjálfum þér og treystu á sjálfan þig; það er ekkert að óttast; engin þörf á tortryggni eða hik!

Nú ertu meira en tilbúinn til að stökkva á hausinn í félagsleg samskipti og finna eins hugarfar einstaklinga sem vini. Nýfengin færni þín frá því að æfa félagssálfræði ætti að gera leitina miklu einfaldari.
Komdu mjög fljótt að því hver er slæmur og hver er góður. Þótt stóri vondi úlfurinn gæti enn verið til, þá ertu orðinn vandvirkur og fær félagslega meðvitaður einstaklingur; ekki lengur viðkvæmt fyrir því að láta blekkjast af neinum sem dregur ullina yfir augun á þér. Ný þekking þín gerir það auðvelt fyrir þig að greina hverjir af þeim sem þú hittir gætu orðið sannir vinir þínir; ekki fleiri getgátur hér - nú þegar þú skilur strengina!

Hreyfðu þig á þínum eigin hraða
Ef þú hefur verið utan félagslegs sambands í langan tíma, gæti það verið skelfilegt að hitta nýtt fólk þegar þú byrjar aftur í því (td á málþingi eða veislu). Taktu það á þínum eigin hraða Hins vegar geturðu forðast það vandamál með því að leita að vinum eða kunningjum sem þú veist að verða viðstaddir komandi viðburði og hitta þá áður en þú sækir hann - þetta mun róa hugann þegar þú ferð aftur inn í félagslegar aðstæður.
Þegar þú kemur á viðburð ætti kvíði þinn að hafa minnkað verulega. Að vita að einhver verði viðstaddur gæti kynnt þig fyrir öðrum á meðan vinir þínir munu líklega skynja spennu sem þú finnur fyrir og vera til staðar sem stuðningur - aldrei vera treg til að biðja einhvern sem þú þekkir um aðstoð; það er það sem vinir eru til! Eins og við höfum komist að í þessari bók - veita þær ómetanlegan stuðning!

Ertu að leitast við að endurreisa félagslíf eftir að hafa verið einangruð? Hér eru nokkrar árangursríkar lausnir til að gera umskiptin auðveldari:

Byrjaðu á því að ná til kunningja - halló-bless er auðvelt fyrsta skref með lágmarksáhættu.

Stækkaðu félagshringinn þinn til að innihalda litla vinahópa sem þú átt nú þegar; einfaldlega til að fylgjast með því hvernig fólk tengist; að venjast því aftur að vera innan um fólk í hópum án þess að það sé ógnvekjandi eða ógnvekjandi. Það þarf ekki að vera ógnvekjandi; taka hlutunum rólega.
Stækkaðu félagshringinn þinn með því að taka þátt í vinum þínum á fundum sem þeir eru að sækja með nýju fólki. Þegar þeir heyra að þú viljir lifa virku félagslífi aftur, munu flestir vera fúsir til að hjálpa!

Stígðu út fyrir þægindarammann þinn og þiggðu boð um að umgangast fólk utan þinn venjulega kunningjahóp. Þeir segja að sætasti ávöxturinn liggi í brúninni, svo stígið út! Njóttu nýrrar reynslu með nýju fólki á meðan þú lærir meira um sjálfan þig og aðra jafnt - hvers vegna ætti fólk ekki að vilja hitta einhvern jafn heillandi og greindur og sjálfan þig?

Vertu virkur í félagslífi! Taktu virkan nálgun við að kynnast nýju fólki.

Þegar þú ert sáttur við að hefja félagsleg tengsl á ný og finnst þú ekki lengur einangruð frá öðrum, geturðu á virkan hátt leitað til fólks sem þú þekkir nú þegar og nýliða hjá þér. Vinir og kunningjar eru grundvöllur félagslegra tengsla en þú ættir að víkka lengra út á svæði sem kunna að vera ókunnug eins og:

Skráðu þig í hóp sem deilir áhugamálum þínum og öðrum áhugamálum.

Skráðu þig til að taka þátt í vinnustofum eða taka námsáfanga sem höfða til þín, svo sem vinnustofur eða námsbrautir sem deila áhugamálum. Það verður auðvelt fyrir þig að eignast vini í slíkum hópum þar sem allir meðlimir deila sameiginlegum markmiðum.

Vertu sjálfboðaliði og þú munt finna að þú hefur gaman af því að þjóna á meðan þú eignast nýja vini á meðan. Ekki nóg með það, heldur er sjálfboðaliðastarf fullkomin leið til að þróa færni og hæfileika sem þú gætir hafa verið að vonast til að skerpa á. Eins og vinnustofur eða hópar veitir það að deila áhugamálum sameiginlegan tengingarpunkt meðal meðlima sjálfboðaliða - og sjálfboðaliðastarf er ekkert öðruvísi!

Þiggðu boð í afmælisveislur, félagsstörf og aðrar samkomur þar sem fólk sem þú vilt tengjast gæti hittst. Rjúfðu í gegnum allar hindranir sem gætu komið í veg fyrir að fólkið sem þú vilt hitta komi fram.

Mæta á félagslega viðburði og „hitta" með fólki sem hefur svipuð áhugamál. Að auki getur það hjálpað að fara reglulega á bari; það er fólk alls staðar að leita að einhverjum áhugaverðum til að tala við; kannski eins og þú vilja þeir leið út úr einangrun eða félagslegri stöðnun líka! Þú ert sá eini sem ber ábyrgð á því að víkka sjóndeildarhringinn þinn - enginn annar mun ýta þeim út fyrir þig.

Skráðu þig í netsamfélög - þetta gæti verið sýndarsamfélög, en ég veit af persónulegri reynslu að þau geta leitt til raunverulegra vináttu. Til dæmis hef ég hitt marga raunverulega vini í gegnum Facebook og önnur netsamfélög; stundum gerir það auðveldara að deila hugsunum þínum skriflega en munnlega. Þetta gæti hjálpað til við að hlúa að varanlegum tengingum sem endast fram yfir upphafsfund! Auk þess færðu að greina ritstíl hugsanlegra nýrra vinar áður en þú hittir hann í raun og veru!

Taktu frumkvæði
Það er engin þörf á að bíða eftir að fólk nálgast þig; þegar allt kemur til alls, geta þeir verið eins hlédrægir og þú. Enginn fæðist að þekkja neinn nema fjölskyldu; Jafnvel þá getur oft verið áfall að hitta fólk. Einfaldlega nálgast fólk með einföldum spurningum eins og „hvernig hefurðu það" og „hvaðan ertu". Að vera opinn gagnvart þeim sem eru í kringum þig mun gera ótrúlegan mun á því hversu fúslega fólk mun opna sig fyrir þér!

Mundu að þú ert að reyna að brjóta ísinn á milli þín og ókunnugs manns, svo ekki tala of mikið. Vertu vingjarnlegur en ekki uppáþrengjandi og ekki verða svekktur ef aðrir bregðast ekki við strax - settu þig í þeirra stað þegar mögulegt er.
Notaðu lærdóminn úr þessari bók til að meta hvar þeir standa og hittu þá þar. Vertu mildur þegar þú dæmir aðra - allir dæma alla aðra á einhverjum tímapunkti! Gefðu þér tíma fyrir samskipti milli einstaklinga þar sem báðir þátttakendur vonast eftir gagnkvæmri opinberun.

Hafna allar freistingar til að verða dæmandi.

Enginn er fullkominn - og þar með talið þú. Mannlegt eðli leiðir til þess að við metum fólk nokkuð harkalega áður en við kynnumst því, sem stafar af lifunareðli okkar og segir okkur að forðast þá sem gætu valdið okkur hættu. En nútímafólk hefur áhrifaríkari verkfæri til umráða, þar með talið tungumálakunnáttu sem gerir þeim kleift að bera kennsl á fólk sem passar ekki við það sem það vill í félaga.

Að vera opin fyrir þeim sem við hittum er hliðin að dýpri vináttu, þar sem það hjálpar okkur að sætta okkur betur við stíl, útlit eða viðhorf annarra. Að hafna ekki fólki vegna minniháttar sérkennis er lykillinn að því að viðurkenna betur hverjir geta farið í hringinn okkar - það er leyndarmálið! Stundum verður ólíklegasta manneskja okkar sannasti vinur með tímanum. Allir leita að vináttu en ættu stöðugt að spyrja sig hvort við uppfyllum okkar eigin skilyrði áður en við veljum vini til að eyða ævinni með. Eins og ég hef sagt ítrekað í þessari bók, að þekkja sjálfan sig er lykillinn að því að þekkja aðra - ekki líta framhjá því að takast á við eigin áskoranir áður en þú vísar frá mögulegum vinum vegna þeirra!

Menn eru tilfinningaverur sem taka lítið tillit til rökfræði eða skynsemi, sem leiðir til þess að þeir taka ákvarðanir meira byggðar á tilfinningum en rökfræði og rökhugsun. Það endurspeglast í fréttaflutningi fjölmiðla; oft að lýsa eða segja frá atvikum með tilfinningalegri hlutdrægni sem gæti vakið svipuð viðbrögð áhorfenda þegar þeim er útvarpað.

Mikilvægur þáttur í því að skilja hvernig fólk bregst við sannfæringarkrafti liggur í tilfinningum. Tilfinningar veita ríkulega orku sem gerir okkur kleift að klára hvaða verkefni sem er; jafnvel sala ræðst af tilfinningalegu áreiti sem myndast við kynningar; það er sama hversu rökrétt þú getur sett hlutina fram; á endanum verður viðskiptavinurinn að kaupa vöruna þína vegna viðbragða hans sem komu af stað í þessum viðræðum.

Aftur á móti byggir rökfræði á staðreyndum og tölum; það eru rökin og rökin að baki hvers kyns máls. Því miður fyrir sölumenn sem treysta eingöngu á rökfræði þegar þeir selja vörur og þjónustu; ef heimspeki þeirra snýst meira um tilfinningar þá mun salan verða auðveldari og árangursríkari.

Trúir þú að menn séu skynsemisverur? Út frá hvaða rökfræði ræður myndast ákvarðanir og skoðanir? Bregðast mennirnir öðruvísi við eftir staðreyndum sem eru stöðugt settar fram? Þetta eru allt nauðsynlegar spurningar fyrir spyrjandi manneskju til að öðlast innsýn í hvernig tilfinningar og rökfræði hafa samskipti og hafa jákvæð áhrif á aðra menn á jákvæðan hátt.
Hæfni þín til að skila rökréttum upplýsingum tilfinningalega mun kalla fram fleiri viðbrögð hjá áhorfendum en einfaldlega að miðla staðreyndum og rökfræði án tilfinningalegrar endurómunar, sem óhjákvæmilega leiða til engin jákvæð viðbrögð frá hlustendum. Skynsemin sannfærir karlmenn á meðan tilfinningar hvetja einhvern til að grípa til afgerandi aðgerða sem skilar frábærum árangri.

Leyfðu okkur að skoða nokkrar leiðir sem þú getur haft áhrif á aðra með blöndu af tilfinningum og rökfræði, eins og:

Komdu á sameiginlegri sjálfsmynd með öðrum

Ein aðferð til að stjórna fólki er að byggja upp samband og finna sameiginlegan grundvöll með því eins mikið og mögulegt er. Vinsælt orðalag segir „Það þarf tvo til að flækjast", þannig að til að hafa áhrif á einhvern verða báðir aðilar að deila svipuðum markmiðum, reynslu og hugmyndum - þannig verður það miklu auðveldara.

Sameiginlegar forsendur í samstarfi eða samböndum hafa tilhneigingu til að vera auðveldari þegar fólk deilir svipuðum sjálfsmyndum frekar en menning er aukið lag. Þegar við búum til líkindi í karakter sameinumst við með sameiginlegum markmiðum og markmiðum, tilfinningalegur stuðningur hvert frá öðru, rökfræði sameiginlegra viðhorfa sameiginleg sameiginleg sýn verkefni verður að veruleika.

Skoðaðu trúarkerfi maka þíns djúpt

Maður getur ekki átt djúpt eða gagnkvæmt fullnægjandi samband við einhvern sem hann skilur ekki að fullu hvað varðar persónueinkenni og aðrar nauðsynlegar sálfræðilegar tilhneigingar. Með því að rannsaka trúarkerfi þeirra djúpt geturðu hins vegar skilið þau betur og smám saman haft áhrif á þau þér til hagsbóta.

Leita að leiðum til að viðurkenna hlutdrægni þeirra

Það er oft erfitt að hafa áhrif á einhvern með mismunandi skoðanir, sama hvernig rökfræði þín er. Í staðinn skaltu leita að áhrifaríkum aðferðum til að höfða til hlutdrægni hans með því að spila hlutdræga spilinu á áhrifaríkan hátt. Hvernig geturðu gert þetta? Með því að hafa beint samband við hann um þessi mál.
Til að laða að einhvern krefst þess að finna út hvaða hugmyndir og punktar þeir vilja og kynna þá. Með þessari nálgun mun markmiðið þitt líða afslappað í kringum þig og líklegra er að þú fáir aðgang að einkalífi hans eða hennar.

Forðastu átök eða flug í umræðum þínum

Að hafa áhrif á fólk með því að nota rökfræði og tilfinningar virkar best þegar fundir og umræður fara fram án tilvika um bardaga-eða-flug hegðun, svo sem átök og misskilning í samböndum sem leiða til flugs eða slagsmála. Á slíkum augnablikum verður skynsemin rangtúlkuð, markmiðum verða óuppfyllt og rök geta ekki náð framförum gegn andrúmslofti bardaga eða flótta.

Markmið sérfróðra stjórnenda er að mynda óhollt langtímasamband við markmið sitt og halda fullkominni stjórn yfir þeim, sem gagnast aðeins þeim sjálfum. Árangursríkt samstarf krefst jafns stuðnings milli þátttakenda þess. Ef einn félagi virðist alltaf bjóða meira gæti það verið merki um að maki þinn sé kannski ekki heiðarlegur um fyrirætlanir sínar í sambandi þínu. Sálfræðileg meðferð á sér stað þegar einn aðili reynir að skapa valdaójafnvægi með það að markmiði að nýta aðra manneskju. Meðhöndlun getur komið fram á ýmsan hátt, en samt er einn rauður þráður á milli allra að einn einstaklingur, sá sem hagar sér, mun hagnast á meðan annar einstaklingur - venjulega þekktur sem fórnarlambið - getur ekki skaðað. Sumir einstaklingar taka þátt í samböndum án þess að gera sér grein fyrir því að þeir eru komnir inn í eitruð sambönd. Við fyrstu sýn getur samstarf þeirra virst skaðlaust án þess að nokkur vísbending sé um að seinna streita og fylgikvillar bíði þeirra þegar þeir eiga við stjórnandann. Þvingunaraðferðir eins og þessi gera stjórnendum kleift að ná og ná stjórn á markmiði sínu án þess að þekkja þá persónulega. Auðvitað myndu sambönd ekki byrja með leiklist eða tæmandi sjálfræðisaðferðum frá stjórnanda; þegar byrjað var á markmiði sínu myndu þeir fara í aðra átt að öllu leyti; með tímanum getur þessi aðferð orðið árangursrík eftir því sem lengri tími líður.

Upphafleg hegðun sem leitar athygli mun líklega ekki valda þeim neinum vandamálum; Hins vegar, þegar markmið þeirra verður djúpt persónulegt og mikilvægt fyrir þau bæði, gæti þetta komið í veg fyrir framfarir.
Á þessum tímapunkti byrjar stjórnandinn að breyta aðferðum. Þessi breyting mun ekki eiga sér stað á einni nóttu en getur tekið nokkrar vikur til að ná markmiðum sínum í tæka tíð. Á þessu stigi gæti áhersla þeirra hafa verið svo einbeitt um að viðhalda og styrkja hjónabandið að það sé auðveldara að gleymast hvers kyns vandamálum eða misnotkun en áður.

Augljóslega eru ákveðnar vísbendingar sem benda til þess að einhver sé manipulator í sambandi þínu. Það er skynsamlegt að athuga þessi merki ef þig grunar að einhver í hjónabandi þínu geti verið eitraður og valdið vandræðum eða hugsanlega verið notaður af utanaðkomandi öflum sem áhrifavaldur eða stjórnandi:

Stjórnendur munu hvetja þig til að stíga út fyrir þægindahringinn þinn á ýmsan hátt, með félagslegum þrýstingi, líkamlegu afli og sálrænni meðferð, allt notað sem vopn til að beina hagsmunum frá því sem þeir ættu að sækjast eftir. Þeir verða sá sem ræður og tryggja að hagsmunir þeirra fari út af sporinu. Þeir verða sá sem hefur vald yfir þér í gegnum þessa ferð.

Um leið og sjálfstraust þitt byrjar að minnka, verður meðferð auðveldara fyrir alla sem reyna að nýta þig. Traust okkar er fljótt tekið til baka frá okkur þar sem manipulatorar nýta sér það fljótt með því að láta okkur líða minna en frábært og nýta veikleika okkar í persónulegum ávinningi.

Leynileg meðferð. Í þessari tækni tekur maður hvaða smávægilegu smávægi sem er frá stjórnanda þeirra og stækkar það til að skapa óþægilegar aðstæður fyrir sig og ógna markmiði þeirra. Við notum hljóðlausa meðferð með því að veita tölvupósttilkynningar, talhólfstilkynningar, textaskilaboð og tölvupósta þar til við lokum því þegar þörf krefur. Að ná að halda öllu í skefjum á meðan að vita hvenær þagnarmeðferð er lokið getur aðeins leitt til meiri vandamála fyrir sig og alla sem að málinu koma.

Ferð iðrunar. Engum finnst gaman að vera ábyrgur, svo þegar við upplifum sektarkennd reynum við okkar besta til að lina hana eins fljótt og auðið er. Leikstjóri veit þetta vel og mun nota allar afsakanir sem þeir geta fundið til að útskýra gjörðir sínar.
Óheilbrigð hjónabönd festast oft í óleystum átökum sem eru óleyst af ýmsum ástæðum, þar sem engin samskipti eiga sér stað á milli maka og engin áform um að stjórna ágreiningi um að leysa deilur viljandi. Ef það er ástandið hjá þér, þá væri það líklega auðveldara og betra ef þú falsaðir sjálfan þig til að halda að viðræðurnar hafi hafist eða lokið í stað þess að vinna saman að því að leysa þetta mál.

Nú getum við skilið að þessi nálgun við hjónaband er ekki tilvalin. Enginn vill finnast föst í sambandi þar sem annar einstaklingur virðist alltaf hafa stjórn á lífi okkar og tekur ákvarðanir fyrir okkur, frekar en að lífi okkar sé stjórnað sjálfstætt af okkur sjálfum. Þannig að án þess að nýta okkur til fulls verðum við að finna einhvern til að styðja þessa stefnu án þess að við notum okkur sjálf. Hins vegar, áður en við förum of hratt áfram, verðum við fyrst að svara nokkrum lykilspurningum til að komast að því hvort maki okkar gæti í raun verið að stjórna. Um leið og við höfum farið í gegnum þessa handbók ættir þú að hafa betri hugmynd um hvort vinátta þín sé þvingandi eða ekki. Sumar ráðstafanir sem þú getur gert til að vernda sjálfan þig eru að viðurkenna réttindi þín ef eitt af þessum samstarfi á sér stað. Þar sem vinátta getur þróast með tímanum getur það orðið krefjandi að muna hvernig á að standa með sjálfum sér þegar þarfir þínar hafa verið hunsaðar af stjórnanda. Þú ættir aldrei að gleyma því að grundvallarréttindi þín verða alltaf að vera í heiðri höfð og ætti alltaf að virða. Þú hefur ýmis frelsi til ráðstöfunar, eins og að bera virðingu fyrir öðrum, tjá skoðanir og langanir frjálslega, setja sér persónuleg markmið án þess að vera undir áhrifum frá öðrum og segja nei við aðra. Ennfremur getur það að hafa aðrar skoðanir en einhver tryggt sálrænt, andlegt og tilfinningalegt öryggi og gert kleift að lifa innihaldsríku lífi óháð öðrum einstaklingi ef þess er óskað.

Þessi forréttindi gætu verið tekin af þér til lengri tíma litið af manipulatorum. Með því að viðhalda eftirliti sem veitir skilvirka ákvarðanatöku og bregðast við því sem þau segja, hjálpa þessir kostir við að viðhalda eftirliti. En áður en þú ferð inn í einhverjar aðstæður aftur, mundu að hugsa fram í tímann. Vertu athugull þegar þú stendur frammi fyrir einum. Taktu eigin ráð alvarlega þegar þú talar gegn valdsmanni sem vill að þú bregst gegn vilja þeirra.

Endurheimtu frelsi þitt, dragðu djúpt andann þegar þú ert að tala við vinkonu sem ræður við og reyndu. Aðeins þú ert meistari lífs þíns; svo vertu í burtu. Að halda sig í burtu er lykilatriði þegar þú ert að eiga við vini manipulatora - gerðu allt sem þarf til að vera á hreinu! Oft er best að halda þeim í armslengd. Ef þetta er of seint, reyndu að minnsta kosti að búa til pláss á milli ykkar beggja. Að gefa þeim annað tækifæri til að fræðast um þig, meta veikleika þína og gera áætlanir um að nýta sér hvers kyns framtíðarfundi með einhverjum óheiðarlegum er aðeins að gefa þeim fleiri tækifæri til að nýta þig og nýta framtíðaráætlanir þínar. Að halda sig frá óheiðarlegum einstaklingum er fyrsta og eina árangursríka vörnin. Þegar þú finnur fyrir hvatningu til að breyta, taktu þá öfuga stefnu. Athugaðu að stjórnendur reyna að láta þér líða illa, í tilraun til að hjálpa til við að sameinast aftur og nota þig aftur í þágu þeirra. Það væri þér fyrir bestu að halda þig frá þessu fólki; ekki falla í gildru þeirra með því að gefast upp í að vorkenna sjálfum þér eða styðja málstað þeirra.

Annar þáttur í hegðun stjórnenda er að nýta veikleika þína. Þegar þeir þekkja veikleika þína, getur hann eða hún nýtt þá til fulls gegn þér - þannig að þér finnst þú vera ófullnægjandi, oft refsað sjálfum þér fyrir rugl af völdum þeirra, sem gerir það auðvelt að kenna sjálfum sér um og oft refsa sjálfum þér stöðugt þegar refsing frá þeim hækkar. Þeir vita að þetta mun gera þeim kleift að halda stjórn eins lengi og mögulegt er með því að skipta stöðugt um markmið svo þú náir aldrei þeim stöðlum sem þú setur - skapar óafsakanlegt rugl sem gerir þeim kleift að halda áfram að ná tilætluðum áfangastöðum.

Ekki leyfa þessari meðferð að halda áfram. Við leitumst við að nota þig og kenna þér um hvers kyns annmarka sem kunna að vera svo þér líði illa og leitar staðfestingar frá þeim til að líða betur. Varist fullyrðingar stjórnandans um að öll þessi sök liggi hjá þér einum - ekkert af því er sannarlega á þína ábyrgð; allt er gert einfaldlega til að þér líði verr.

Að gera fyrirtækið og forréttindi þín líklegri til að gefa, vita hvers vegna og læra að segja nei mun draga úr stjórn stjórnanda yfir þér. Að vita hvers vegna, já og að læra hvernig á að segja nei eru grundvallarréttindi sem við ræddum áðan, en samt mistekst mörgum að tjá þau á hverjum degi. Að vita hvenær það er þinn tími þýðir meiri stjórn

fyrir alla sem taka þátt! Að vita hvenær röðin kemur að þér krefst nokkurs lærdóms ef
þú vilt forðast að verða hluti af meðferðarkerfi þeirra. Að vita hvers vegna já þýðir já
en lærðu að segja nei ef þörf krefur. Markmið samstarfsmanna er alltaf að segja já þrátt
fyrir upplýsingar og aðferðir sem þeir nota um þig ef það gerir þeim þægilegt að segja
já þegar hlutir þurfa ekki að koma fram - það ætti að víkka út skilning á þessum
grundvallarrétti þar sem þessi grundvallarréttur gæti verið vanræktur á mörgum
vígstöðvum þegar þeir tala upp er ekki tekið nægjanlega tillit til eða æft á hverjum
degi, annaðhvort með meðferðaraðferðum eða með öðrum hætti að koma því á
framfæri á hverjum degi þegar þörf krefur.

Ef við óttumst að særa tilfinningar einhvers og höfum áhyggjur af því að viðhorf
þeirra gæti breyst ef við neitum aðstoð fyrir hann, getur það oft látið okkur gráta að
segja já - það þarf mikið hugrekki til að segja já við einhvern annan! Því miður gerist
þetta nánast reglulega. Ímyndaðu þér að eiga við stjórnanda. Það getur verið erfitt í
fyrstu að vita hvernig á að halda fram gegn þeim, en að vita hvernig á að tala gegn
meðferð þeirra á áhrifaríkan hátt mun gefa þér aftur vald yfir aðstæðum þínum. Ekki
munu allir una þeirri ákvörðun og þú verður að berjast til að viðhalda sjálfstæði þínu.
Að segja „nei“ án þess að finna fyrir neinni eftirsjá mun leyfa frjálsari og heilbrigðari
lífsstíl í heildina; Það ætti aldrei að líta á það sem eitthvað jákvætt að vera í eitruðum
samböndum. Samstarf við stjórnendur felur í sér að stofna til sambands sem treystir á
að mæta þörfum þeirra, með hugsanlegu tapi fyrir báða aðila í tíma. Því miður, að vera
þjálfaður í að hugsa á þennan hátt gerir þá ekki meðvitaða um að þeir séu að taka þátt
í slíkum samböndum fyrr en það er of seint. Skref eitt í að leysa hvers kyns
hjúskaparvandamál ætti að vera að læra hvernig á að koma auga á merki um
blekkingar, þvinganir eða aðra erfiðleika sem gætu verið að hrjá sambandið þitt. Að
ganga í hjónaband tekur tíma og hugrekki, sérstaklega þar sem aðalmarkmið þess
hefur lengi verið að byggja upp sjálfstraust og sjálfsálit á erfiðum tímum. En þegar allt
kemur saman á farsælan hátt og markmiðið loksins gerir draum sinn að veruleika, geta
verðlaunin verið veruleg.
Lærðu hvar þú stendur og styrktu það; þá gætirðu séð að lífið breytist án þess að þurfa
að nota utanaðkomandi heimild til að gera það fyrir þá.
Sannfæringarkraftur Þegar fólk reynir að skilja hvað það þýðir með „sannfæringu“ eru
svör þess oft mjög mismunandi. Þó að sumir snúi hugsunum sínum í átt að
auglýsingum eða auglýsingum sem hvetja neytendur til að sýna ákveðnum vörum eða
þjónustu fram yfir aðrar, þá gætu aðrir snúið sér að stjórnmálamönnum sem reyna að
skipta um skoðun kjósenda til að fá aukaatkvæði á kjörstað - bæði dæmin þjóna
tilganginum af sannfæringu. Bæði form eru gild dæmi þar sem þessi skilaboð reyna að
breyta skynjun fólks á viðfangsefnum sem eru til umræðu.

Myrkur sannfæringarkraftur er frábrugðinn venjulegum fortölum að því leyti að hvatir
hennar gagnast ekki alltaf þeim sem eru sannfærðir; venjulegir sannfæringaraðilar

reyna að sannfæra til góðs fyrir þá sem eru sannfærðir á meðan dökkir sannfæringaraðilar leita oft ábatasamra hvata sem eru ekki alltaf gagnlegar fyrir þá sem eru sannfærðir. Myrkur sannfæringaraðili verður að öðlast fulla þekkingu og skilning á hverjum þeim sem hann vill hafa áhrif á til að greina hvað hvetur hann á áhrifaríkasta hátt áður en hann tekur þátt í sannfæringar- eða sannfæringarhegðun frá viðkomandi áður en lengra er haldið með aðferðum eða sannfæringaraðferðum ef við á.

Þó að sannfæringarkraftur hafi alltaf siðferðislegar afleiðingar, hafa dökkir sannfæringaraðilar tilhneigingu til að hafa ekki of miklar áhyggjur af þessu. Þó að þeir séu meðvitaðir um þá, er áhersla þeirra áfram algjörlega á að ná markmiðum sínum.

Sannfæring er hversdagslegt sálfræðilegt fyrirbæri. Þú gætir annað hvort verið sá sem sannfærir einhvern annan eða verið sannfærður, þar sem hvatning er lykilatriði. Sannfæringarkraftur á stóran þátt í fjöldafjölmiðlum, stjórnmálum, auglýsingum og lagalegum ákvörðunum jafnt - virkni þeirra ræðst af ýmsum aðferðum sem notaðar eru til sannfæringar sem hafa áhrif á viðfangsefni þess.
Sannfæringarkraftur stendur upp úr sem sérstakt og ómissandi form hugarstjórnunar frá heilaþvotti og dáleiðslu, sem bæði krefjast einangrunar viðfangsefnis til að breyta huga þeirra og sjálfsmynd; sannfæringarkraftur kallar ekki á einangrun sem hluta af aðferðafræði sinni.

Til að ná tilætluðum markmiðum okkar, er meðferð beitt gegn einstökum viðfangsefnum; fortölum má einnig nota á einn einstakling; Hins vegar gæti stórfelld meðferð hugsanlega breytt viðhorfum og ákvörðunum heilu samfélaganna eða jafnvel samfélaga.

Sannfæring getur verið áhrifaríkari til að skipta um skoðun en bein meðferð vegna þess að hún hefur getu til að sveifla mörgum einstaklingum í einu.

Fjölmargir einstaklingar gera þau mistök að trúa því að þeir hafi friðhelgi gegn fortölum vegna þess að þeir trúa því að þeir muni alltaf geta séð í gegnum hverja sölutillögu sem verður á vegi þeirra og notað rökfræði til að komast að viðeigandi niðurstöðu.

Fólk mun ekki alltaf láta undan öllum rökum sem fram koma, sérstaklega ef notuð er rökfræði. Þar að auki getur sannfæringarkraftur ekki náð tökum á sér ef rifrildi passar ekki vel við trú einhvers þrátt fyrir hversu sterkur talsmaður þess kann að virðast vera.

En það er fólk sem skilur hvernig á að nota sannfærandi skilaboð til að sannfæra aðra um að kaupa nýjar græjur eða vörur á markaðnum. Fínn sannfæringarkraftur þeirra mun oft ekki sjást af markmiði sínu, sem gerir það erfitt fyrir þá að mynda sér skoðanir um upplýsingar sem þeim eru veittar.

Í hvert sinn sem sannfæringarkraftur er minnst á þá hefur maður tilhneigingu til að tengja það við neikvæð tengsl eins og svindlara eða sölumenn sem reyna að sannfæra þig um að það að breyta sjónarhorni þínu muni gagnast þeim og ýtir undir það þar til þessi breyting hefur átt sér stað.

Fortölum er hægt að nota bæði til góðs og ills; sannfæringarkraftur í sölu- og samskiptaaðferðum eru tvö dæmi, þar sem sannfæring er notuð í báðar áttir; td milli alþjóðlegra stofnana eða í herferðum í almannaþjónustu þar sem sannfæringarkraftur er hluti af diplómatískum samningum og herferðir í þágu góðra málefna eru dæmi um myrkar fortölur sem eru notaðar á áhrifaríkan hátt og til jákvæðra áhrifa. Það snýst allt um hvernig þetta sannfæringarferli er komið inn í leikinn.

Þegar reynt er að skipta um skoðun einhvers með sannfæringarkrafti, þurfa þeir verkfæri og aðferðir til að framkvæma sannfæringartækni til að ná árangri.

Hver dagur sem líður mun kynna markmið þeirra mismunandi fortölum. Markmið matvælaframleiðenda verður að sannfæra markmið sitt um að prófa nýju uppskriftirnar þeirra eða halda áfram með gamlar; vinnustofur geta auglýst nýjustu stórmyndir sínar beint á þær.

Sama hvaða vöru þeir selja, meginmarkmið þeirra er að auka sölu; þess vegna tilraunir þeirra til sannfæringar. Þó að þeir íhugi ekki hvernig þetta mun hafa bein áhrif á þig, svo þeir verða að nota lúmskar sannfæringartækni til að vekja ekki viðvörun eða styggja hugsanlega viðskiptavini. Þar sem það geta líka verið mörg vörumerki sem reyna að sannfæra þig, verður hver að finna sína leið til að sannfæra áhorfendur sína um sjónarhorn sitt.

Vegna víðtækra áhrifa sannfæringarkrafts hefur tækni þeirra lengi verið rannsökuð frá fornu fari. Áhrif eru ómetanleg eign sem hver sem er getur nýtt sér í mörgum mismunandi aðstæðum og menningu.

Frá upphafi 20. aldar fóru formlegar rannsóknir á sannfæringartækni að ryðja sér til rúms. Mundu að sannfæringarkraftur felur í sér að ýta fram rökræðum sem sannfæra áhorfendur og láta þá samþykkja þennan boðskap sem nýja leið til að lifa lífi sínu. Þess vegna er gríðarleg þörf á að uppgötva árangursríkar sannfæringartækni.

Það eru þrjár dökkar sannfæringaraðferðir sem hafa sannað gildi sitt með tímanum og við munum ræða þær í þessum kafla.
Búðu til þörf
Ein áhrifarík aðferð til að sannfæra einhvern um að breyta sjónarhorni sínu eða lífsháttum er að skapa eða nýta þörf sem þegar er til staðar fyrir viðkomandi einstakling, helst gert á þann hátt að hann sé aðlaðandi og eftirsóknarverður. Ef það er gert á áhrifaríkan og viðeigandi hátt gæti þessi aðferð skilað miklum árangri með fyrirhugað markmið.

Sannfæringaraðilar verða að taka á því sem skiptir markhópnum sínum mestu máli til að ná árangri í sannfæringu - eins og að uppfylla drauma eða auka sjálfsálit - eða veita skjól, ást eða mat.

Þessi nálgun virkar alltaf vel þar sem hún gerir ráð fyrir að hvaða viðfangsefni sem er
þarfnast einhvers konar hjálp í einhverri eða annarri mynd - með öðrum orðum, það
er enginn í neyð sem dreymir ekki og þráir eitthvað í lífinu - sá sem sannfærir þarf
einfaldlega að finna leiðir sem þeir geta aðstoðað fórnarlambið við að ná þessum
draumum á hraðari og skilvirkari hátt.

Sannfæringarmenn sannfæra oft markmið sitt um að það að gera ákveðnar breytingar
á skoðunum sínum eða sjónarhorni muni hjálpa þeim að rætast drauma sína hraðar og
auka líkurnar á árangri.

Dæmi: Ungur maður sem leitar að nánu sambandi gæti lofað konu að hann muni
hjálpa henni að bæta einkunnir sínar og að lokum gera foreldra sína stolta með því að
fá A, en aðeins ef hún verður vinkona hans. Þó að þessi kona gæti trúað því að
þessum unga manni sé alveg sama um hversu vel hún stendur sig í námi, þá gæti
honum í raun aðeins verið sama um að komast nær og taka þátt í henni kynferðislega -
fræðimenn eru bara afsökun fyrir fleiri kynferðislegum kynnum!
Kæra til félagslegra þarfa
Sannfæringarmenn geta notað aðra aðferð til að sannfæra: að bera kennsl á félagslegar
þarfir skotmarks síns. Þó að þessi tækni skili ef til vill ekki strax, er hún samt
ómetanleg eign í verkfærakistunni þeirra.

Fólk með skyldleika í mannfjöldanum og leitar eftir athygli hefur tilhneigingu til að
dragast að þeim á náttúrulegan hátt, leitar viðurkenningar með því að sameinast í hópa
eða hafa ákveðna hluti sem stöðutákn sem gefa þeim þá tilfinningu að þeir tilheyri
hærri stétt.

Með því að höfða til félagslegra þarfa þeirra ná margar sjónvarpsauglýsingar árangur í
að höfða til kaupákvarðana áhorfenda svo að þeir muni ekki „missa af". Þegar
auglýsendur geta greint og höfðað til sérstakra félagslegra þarfa markmiðs getur það
opnað ný áhugasvið fyrir viðkomandi persónu.
Orð og myndir notaðar sem hlaðin merki

Þegar verið er að sannfæra einhvern skipta orð miklu máli og þarf að velja þau
vandlega þar sem hvert getur haft mismunandi áhrif. Það geta verið margar leiðir til að
segja það sama en ein nálgun gæti reynst öflugri en önnur.

Sannfæringarkraftur krefst þess að vita hvenær og hvernig á að segja réttu orðin á
réttum tímum; orð eru alltaf lykiltæki til samskipta og að þekkja viðeigandi orð til
aðgerða er afar mikilvægt fyrir árangursríka sannfæringu.

Myrkur sannfæringarkraftur er eitt öflugasta verkfæri myrkra sálfræði, en er samt oft vanmetið og vanrækt. Kannski er þetta vegna þess að sannfæringarkraftur er einstakur sem tilraun til hugarstjórnunar; ólíkt valkostum þess sem knýja fram undirgefni á óviljugt skotmark án þátttöku þeirra; ólíkt sannfæringarkrafti eru ákvarðanir hins vegar opnar og aðeins takmarkaðar afskipti af þeim eru stundum einangraðar til að hafa áhrif á niðurstöður ferlisins.

Sannfæringarkraftur virkar best þegar öll spil eru lögð laus (þó með duldum ásetningi í myrkri sannfæringarkrafti) svo að skotmarkið geti tekið þá ákvörðun sem þjónar hagsmunum þeirra best.

Þó að heilaþvottur geti átt við að breyta hugsunum og skoðunum annarra gegn vilja þeirra eða án samþykkis þeirra, þá er raunveruleg skilgreining hans víðtækari; það felur í sér hvers kyns kerfisbundna tilraun til þvingunar og sannfæringar sem notuð er til að breyta viðhorfum einstaklings eða breyta hegðun hans til að breyta hegðunarmynstri og breyta hegðunarútkomum.

Heilaþvottaraðferðir hafa lengi verið notaðar sem hluti af pólitískum innrætingaráætlunum til að fá fólk til að breyta skoðunum sínum á stjórnmálum eða trúarkenningum, sérstaklega innan sértrúarhópa. Heilaþvottur virkar fyrst og fremst með því að skipta út trú fórnarlambsins fyrir trú sem fangar þeirra vill og henta umhverfinu sem þau eru í.

Heilaþvottur felur í sér að svipta einstakling öllu frelsi, sjálfstæði og ákvörðunarvaldi; trufla daglegar venjur og hegðun á þann hátt að krefjast fullkominnar hlýðni við vald handtaka hans/hennar á öllum sviðum. Heilaþvottur felur oft í sér líkamlega misnotkun sem og hótanir um meiðsli eða dauða ef nauðsyn krefur eða lífstíðarfangelsi áður en innleiðing nýrra viðhorfa er ásættanleg leið fyrir upplýst líf.

Heilaþvottartækni miðar að því að rækta barnslegt traust milli fórnarlambs og fanga, þar sem fórnarlömb eru hvött til að játa fyrri glæpi eða gera fáránlegar eða léttvægar villur af ótta við að sýnast sekur áður en aðrir hafa jafnvel haft tíma til að verða heilaþvegnir sjálfir. Ef aðrir ræningjar hafa líka verið heilaþvegnir fyrir þeim gætu þessir einstaklingar hjálpað til við að styrkja þetta ferli með því að gagnrýna og sýna óánægju með það sem fórnarlambið hefur gert eða ekki gert fyrir framan aðra þjóðfélagsþegna.
Þegar heilaþvottur hefur náð tökum, byrja fangarar að fá samþykki og verðlaun fyrir gjörðir sínar. HORFAÐ Á ÞETTA MYNDBAND FYRIR HVERNIG Heilaþvottur getur verið hluti af myrkri sálfræði

Myrk sálfræði á sér stað þegar einhver beitir heilaþvottaaðferðum til að hafa áhrif á annan gegn vilja sínum og hagræða eða hafa áhrif á þá gegn vilja sínum. Við búum öll yfir frjálsum vilja, sem þýðir að við ættum að taka okkar eigin ákvarðanir, umgangast frjálslega og velja hvern við umgöngumst frjálslega; þegar þetta frelsi er tekið í burtu með valdi eða þvingun er það myrk sálfræði.

Fólk í ofbeldissamböndum er viðkvæmt fyrir heilaþvotti. Eiginmaður gæti bannað eiginkonu sinni að umgangast ákveðna vini með því yfirskini að þeir hafi skaðleg áhrif - á meðan hún ætti að taka eigin ákvörðun um þetta mál þegar hún þroskast. Eða það sem verra er, þvingaðu maka sinn til að klæðast ekki ákveðnum tegundum af fötum og halda því fram að það sé óaðlaðandi svo hann geti stjórnað þeim betur.

Að búa með ofbeldisfullum maka er bæði ruglingslegt og þreytandi og gerir lífið oft flóknara fyrir alla sem taka þátt. Þeir munu kenna og hagræða þér fyrir hluti sem voru aldrei á þína ábyrgð; til að halda ánægju þeirra gætirðu orðið viðskila við fjölskyldu og vini, breytt klæðnaði þínum eða pólitískum skoðunum þínum; þetta snýst allt um þá á móti þér.

Móðgandi samband á sér stað þegar einn maki notar heilaþvott til að stjórna og stjórna maka sínum. Fyrir vikið verða þeir háðir þeim fyrir einfaldar ákvarðanir eins og að velja kvöldmat. Líf þeirra snýst eingöngu um að gleðja maka sinn hvað sem það kostar; og hvað telst til ást eða hvernig hún á að tjá sig er eingöngu ákvörðuð af þeim - hver ákveður síðan hvað nákvæmlega á að bæta hamingjuna á þeirra kostnað og öfugt. Misnotandi þeirra ber síðan ábyrgð á því að skilgreina ást eins og hún er tjáð í gegnum hann sem og allt sem er rangt í lífi fórnarlambsins - frá því hvaða þarfnast úrbóta sem þeir ættu að gera eða jafnvel hvernig þeir ættu að bregðast við í samræmi við það og hvað telst viðeigandi hegðun í samræmi við það sem ofbeldismaður þeirra skilgreinir hvað ást ætti að tjá og skilgreina allt um líf fórnarlambsins svo mikið eins og einn - og hvað nákvæmlega þessi ofbeldismaður vill hafa þá varðandi hegðun í samræmi við hvernig maður ætti að haga sér og hvaða hegðun myndi teljast viðeigandi hvað nákvæmlega þetta samband.

Misnotkun kemur í mörgum myndum; oftast með andlegu, sálrænu og líkamlegu ofbeldi. Þegar þeir eru komnir í fang þeirra geta fórnarlömb oft ekki flúið það. Móðgandi félagi finnur fljótt leiðir til að leggja niður maka sinn með niðrandi athugasemdum og móðgunum, til að viðhalda heilaþvotti og misnotkun. Fyrir eigin sálfræðilega lifun munu stundum koma upp tímabil þar sem ofbeldismaður þeirra mun hætta og sýna fórnarlambinu góðvild - skapa áfallabönd sem fá þolandann til að vilja gleðja ofbeldismann sinn til að vera meðhöndluð af hlýju og góðvild í staðinn.

Heilaþvottur fellur undir myrkri sálfræði þar sem fórnarlamb hans verður föst í eigin lífi. Ráðandi maki í sambandi getur haldið eftir auðlindum eins og bílum, peningum eða mat frá maka sínum - gert hann að fanga á heimili sínu, framkallað ótta hjá þeim og breytt því hvernig þeir skynja heiminn í kringum sig.

Líf heilaþveginna fórnarlamba verður fullur af hugsunum um að þóknast ofbeldismanni sínum, jafnvel án þess að þeim sé beitt líkamlegu ofbeldi. Jafnvel án þess að líkamlegt ofbeldi eigi sér stað heldur líf þeirra áfram í skugga nærveru ofbeldismannsins; þar af leiðandi koma sálræn áhrif eins og kvíðaraskanir og þunglyndi oft fram sem einkenni.

Heilaþvottarferli í stuttu máli

Heilaþvottur er kerfisbundin nálgun sem miðar að því að svipta einn af sjálfsmynd þeirra, breyta skoðunum, viðhorfum og gildum á sama tíma og breyta hugsunarferli. Stjórnendur nota ýmis skref eða stig sem verkfæri til að heilaþvo fórnarlömb sín.

Sektarkennd
Í sambandi munu stjórnendur sífellt velja rifrildi þar sem fórnarlömb þeirra birtast sem rangmenn, láta þá finna fyrir sektarkennd fyrir hvern ágreining og leiða þá til að skammast sín fyrir allt - þetta er fyrsta stigið í heilaþvotti.

Sjálfssvik
Að vera neyddur til að fordæma fjölskyldu og vini eyðileggur sjálfsvitund manns á meðan það eykur sektarkennd; þessar tilfinningar eru til þess fallnar að losna við fortíð sína á sama tíma og þær skapa rými til að skapa nýja sjálfsmynd.

Brotpunktur
Þegar fórnarlömb líkamlegra, munnlegra og sálrænna árása finnst þeir hafa svikið sjálfa sig og eru látnir finna til sektarkenndar geta þeir náð straumhvörfum og hrunið tilfinningalega og sálrænt. Að gráta óstjórnlega og fá kvíðaköst geta verið merki um að eitthvað hafi losnað innra með þeim; sálfræðilega óttast þeir að þeir séu að missa sig alveg og lifa í stöðugum ótta við að missa sig alveg.

Rétt þegar fórnarlamb finnur til vanmáttar gagnvart sjálfu sér býður kúgari góðvild sem frest frá árásinni á hver hann er. Á slíkum augnablikum ljóss sem kemur fram þar sem myrkur var, finna fórnarlömb djúpstæðs þakklætis í garð árásarmanna sinna - vísvitandi hreyfing ofbeldismanna þeirra áður en þeir byrja aftur á þeim.
Á tímum þegar fórnarlömb eru þakklát ofbeldismanni sínum fyrir að hjálpa þeim að komast í öryggi, virðist harðari hliðin á meðferð hans/hennar oft meiri. Þeim kann að finnast þeir skulda eitthvað til baka og finnast þeir vera skyldugir til að endurgjalda góðvild hans - oft með því að játa álitin mistök sín til að létta sektarkennd sem þeir gætu fundið fyrir.

Rásar sektarkennd
Sektarkennd og skömm sem fórnarlambið upplifir mun líklega verða flókið vegna aukinnar árásar á sjálfsmynd þeirra, sem gerir það óviss um hvaða gjörðir eða ákvarðanir leiddu til þess að þeir trúðu því að þeir hafi framið og trúir þess í stað að þeir verði að bera ábyrgð. Um leið og ofbeldismaðurinn skynjar að sektarkennd er í honum notar hann hana fyrir sjálfan sig, venjulega með því að sannfæra fórnarlambið um að þeir hafi lifað lífi fullt af slæmum ákvörðunum og hugmyndafræði; stingur upp á því að þeir opni sig fyrir nýjum sjónarhornum til að breyta.

Rökrétt svívirðing Fórnarlamb telur oft að sekt þeirra liggi í hugmyndafræði sem er þvinguð utanaðkomandi; kennarar og hugmyndafræði verða skotspónn fyrir sök í stað þess að sjá hvers kyns meðferð eiga sér stað. Játningar verða ein leið til að létta á sektarkennd þar sem einstaklingurinn sleppir andlega hvers kyns athöfnum sem gerðar eru samkvæmt þessum "röngu" hugmyndafræði - fjarlægir sig þannig á táknrænan hátt frá þeim og dregur þar með niður þessar skynjun á rangri hugmyndafræði með öllu.

Framsókn og sátt
Að hafna gamalli hugmyndafræði skapar tækifæri fyrir framfarir og sátt, þar sem þeir sem eru á móti henni verða nú að leita annarra viðhorfa í staðinn. Ef þetta virðist samhæft og hæfir þörfum þeirra, flýtir ferlið verulega - veitir frið í staðinn. Á þessum tímapunkti ríkir ró sem kemur í stað hvers kyns óþæginda.
Sem refsing hefur allt í einu verið komið fram við þá sem handteknir eru eins og hetjur og góðhjartaðir einstaklingar eru teknir í staðinn fyrir syndugar hugmyndir í sinni gömlu hugmyndafræði.

Lokainnlögn og endurfæðing

Um leið og þeir fundu hina miklu andstæðu milli sársauka í fortíð og framtíðarloforðs sem ný hugmyndafræði þeirra lagði fram, yfirgaf fórnarlambið algjörlega alla hollustu við gömlu hugmyndafræðina með því að upplýsa öll leyndarmál sem eftir voru; á þeirri stundu tóku þeir fulla eign á nýju hugmyndafræði sinni.

Endurfæðing vísar til þessa ferlis og, allt eftir hugmyndafræði hvers, getur falið í sér yfirferðarathafnir sem innsigla mann algjörlega inn í nýja röð þeirra. Þetta getur falið í sér að sterkar yfirlýsingar séu sögðar upphátt til að samþykkja nýja hugmyndafræði og sverja hollustu við nýja leiðtoga.
Heilaþvottur: að kanna áhrif þess

Heilaþvottur, eins og áður hefur verið útskýrt, felur í sér að breyta hugsunarmynstri, viðhorfum og viðhorfum einstaklings til að stjórna hegðun sinni og ná stjórn á því. Þessi iðkun á sér oft stað í þágu stjórnenda en getur haft hrikalegar afleiðingar; það eru ýmsar gerðir af áhrifum sem heilaþvottur getur haft eins og:

Heilaþvottur hefur hrikaleg áhrif á sjálfsálit fórnarlambsins. Þeim finnst þeir ekki standast og að ekkert sem þeir gera sé nógu gott, leiði þá inn á leið sjálfsvígs eða þunglyndis.

Kvíðaröskun - Einhver sem er heilaþveginn missir oft sjálfsmynd sína og einangrast frá þeim sem standa honum næst. Þvinguð til að breyta frá því sem þau voru áður, verða fórnarlömb stöðugt áhyggjufull um að gera ekki rangt og geta þróað kvíðaröskun sem hefur áhrif á ytri hegðun.

Þunglyndi - Heilaþvegin fórnarlömb hafa tilhneigingu til að einangrast frá ástvinum og hinum stóra heimi, áhersla þeirra er eingöngu á að þóknast fanganum og fá hvers kyns góðvild sem þau bjóða í staðinn. Með engan til að tala við og tilfinningar þeirra hunsaðar af öllum í kringum sig, getur þunglyndi komið upp og hindrað samskipti við aðra.

Skortur á sjálfsáliti - Stöðugt ofbeldi af hálfu fanga þeirra og gagnrýni er nóg til að fá fórnarlamb þeirra til að trúa því að það hafi ekkert virði og óttast að taka einhverjar ákvarðanir vegna þess að þeim hefur verið kennt að það sé óverðugt.

Að lifa í ótta - Heilaþvottar nota hræðsluaðferðir til að hafa áhrif á fórnarlömb sín, gera þau hrædd um að eitthvað slæmt bíði handan við hornið og að lífið almennt sé óöruggt og óvingjarnlegt. Fórnarlamb þeirra býr við þessar stöðugu áhyggjur af því að sérhver einstaklingur gæti skapað hættu ef hann hættir sér út, á meðan ræningjar nota hótanir um afleiðingar gegn fórnarlambinu ef hann eða hún gerir ekki það sem fangar þeirra krefst.
Breyting á viðhorfum - Meginmarkmið fangamannsins er að móta trú fórnarlamba sinna þannig að stjórna hegðun þeirra og halda þeim undir þumalfingri. Sama hvort trú þeirra var siðferðileg; svo lengi sem það stangaðist á við hugmyndafræði hans eða viðhorf, þá var það ekki nógu gott.

Heilaþvottur hefur mismunandi áhrif á fórnarlömb, allt eftir ásetningi rænanda þeirra eða árásarmanns, eftir því hvernig hann er notaður. Þess vegna er mikilvægt að bera kennsl á hvers kyns tækni og brellur sem hugsanlegir brotamenn nota til að forðast að verða heilaþvottaaðferðum sem iðkendur Dark Psychology nota að bráð. Hér að neðan eru nokkrar slíkar aðferðir sem algengt er að sjá þegar tekið er þátt í Dark Psychology fundum.

Heilaþvottur á sér stað þegar einstaklingar eða hópar beita lúmskum aðferðum til að hafa áhrif á og sannfæra aðra gegn vilja sínum til að breyta skoðunum sínum án þeirra samþykkis, oft með sálfræðilegum aðferðum eins og myrkri sálfræði. Áhrifa- og sannfæringaraðferðir sem notaðar eru gegn vilja þeirra eru einnig þekktar sem heilaþvottaraðferðir, þar sem þær fela í sér leynilegar aðferðir sem einstaklingur eða hópur notar til að reyna að heilaþvo annan. Þó að fólk upplifi sannfæringarkraft á hverjum degi, þegar þetta verður þvinguð breyting án samþykkis verður það heilaþvottur og myrkri sálfræðiaðferðum byrjar að beita þeim gegn því, þetta getur falið í sér hvaða fjölda aðferða sem mismunandi aðilar beita gegn fórnarlömbum þeirra sem innihalda:

Einangrun - fyrsta skrefið í heilaþvotti felur venjulega í sér að einangra fórnarlambið frá fjölskyldu og vinum. Með því að einangra þá algjörlega frá samfélaginu vill stjórnandinn að fórnarlamb þeirra hafi engan sem þeir geta talað við um meðferðaraðferðir sínar; að öðrum kosti yrði vald þeirra véfengt af þriðju aðilum og veitti andstæðingi sínum meiri upplýsingar frá ýmsum aðilum en þeim sjálfum.

Árás á sjálfsvirðingu - Þegar fórnarlömb eru einangruð, eiga stjórnendur auðveldara með að brjóta þau niður og byggja þau upp aftur í samræmi við langanir hans. Til þess að heilaþvottur nái fram að ganga verða fórnarlömb fyrst að finna fyrir minnimáttarkennd en stjórnandann og þetta felur oft í sér háði, hótunum eða háði af þeim síðarnefnda sem dregur enn frekar úr sjálfsálit fórnarlamba sem telja sig vera algjörlega viðkvæmt áður en þeir verða sjálfir fórnarlömb.

Andlegt ofbeldi - Þeir sem beita oft sálrænum pyntingum til að heilaþvo fórnarlömb sín, svo sem að ljúga um þau fyrir framan aðra til að láta þau líta út fyrir að vera heimskuleg, ásamt því að níðast á eða svipta fórnarlömb sín hvers kyns persónulegu rými þannig að þau séu föst í þeim. .

Líkamleg misnotkun - Aðilar nota ýmsar líkamlegar aðferðir til að leggja fórnarlömb sín undir sig og hafa áhrif á þau, þar á meðal að svipta þau mat eða aðgang að vatnsbólum.
Oft ræna þeir fórnarlömb sín svefni með því að beita þau ofbeldi, svipta þau mat og halda herberginu köldu. Hjálparmaður getur líka notað fíngerðar leiðir til að heilaþvo fórnarlömb sín; eins og að halda hávaða hærra, hafa stöðugt flöktandi ljós eða vísvitandi breyta stofuhita.

Endurtekin tónlist - Samkvæmt rannsóknum getur endurtekinn taktur framkallað svefnlyf hjá fólki. Sá sem skilur þessa tækni getur notað þessa aðferð gegn fórnarlambinu. Hrynjandi tónlistar getur breytt meðvitund þar til stjórnandi þeirra getur notað þessa aðferð og talað beint inn í undirmeðvitund þína - þannig að heilinn þinn bregst strax við með nýjum tillögum og breytir þannig hegðun sjálfkrafa.

Snerting er aðeins leyfð við aðra heilaþvegna einstaklinga - Sá sem snýr sér að heilaþveginum leyfir fórnarlambinu aðeins að hafa samband við önnur fórnarlömb aðgerðaherferðar sinnar, í von um hópþrýsting frá öðrum fórnarlömbum til að sannfæra skotmarkið sitt til að lúta nýjum hugsunarhætti sínum. Fórnarlömb eru einmana og einangruð og hafa tilhneigingu til að hlýða tillögum annarra til að finnast þeir vera samþykktir og finnast þeir minna einir.

Okkur á móti þeim - Þegar manipulatorar kynna okkur og þau kraftaverk, virðist sem þeir séu að gefa fórnarlambinu val á milli sín og álitinna óvina; allt til að reyna að öðlast algjöra hlýðni frá þeim. Eftir að hafa sýnt neikvæðar hliðar annarra, ætlast manipulatorar við að fórnarlamb þeirra velji sig fram yfir þá í stað þess að velja aðra fram yfir sig.

Ástarsprengjuárásir - Með þessari aðferð dregur stjórnandinn fórnarlambið nær með því að sýna líkamlega ástúð með því að snerta, skiptast á innilegum hugsunum, tengjast tilfinningalegum böndum og sýna góðvild - þessi aðferð er notuð til að sýna fórnarlambinu staðfestingu á því að það að ganga í hópinn þeirra hafi verið rétt ákvörðun, þurrka út hvers kyns ástúð sem þeir gætu fundið til einhvers utan.

Heilaþvottur þjónar sjaldnast hinu meiri góða. Flestir stjórnendur beita slíkum aðferðum til að ná fullri og fullri stjórn á fórnarlömbum sínum.
Heilaþvottur getur verið hrikalegur fyrir fórnarlömb þess. Þeir missa fljótt vit á sjálfum sér og lifa til að þóknast ræningja sínum; einfaldir hlutir sem við teljum sjálfsagða eins og að velja hvað og hvenær á að klæðast eru teknir af þeim; allar ákvarðanir sem þeir gætu annars verið að taka eru teknar frá þeim - allt þetta svo að stjórnandinn upplifi sig óverðugur og þakklátur fyrir að hafa unnið hylli þeirra.

Skref eitt til að forðast heilaþvott er að verða meðvitaður um aðferðirnar sem stjórnendur nota og eiginleika þeirra, til að þekkja hvenær einhver reynir að heilaþvo þig eða einhvern nákominn. Heilaþvottur er árásargjarn tegund af myrkri sálfræði þar sem stjórnandi notar þessar aðferðir sér til persónulegs ávinnings á meðan hann virðir að vettugi tilfinningar fórnarlamba sinna eða líðan.

Nú þegar þú skilur allar leiðirnar sem aðrir hafa valdið sjálfum þér skaða, þá er kominn tími til að virkja þessa þekkingu og nota hana til góðs. Sama hvað þú hugsaðir í fortíðinni um heila þinn og hæfileika, þá áttar þú þig núna á því að þú býrð yfir ótrúlegum krafti sem þú fékkst við fæðingu - hæfileika sem er kannski ekki auðvelt að nota eða ekki. Sumir gætu átt í erfiðleikum með að ná tökum á því hver þeir eru í raun og veru og markmiðum sínum í lífinu, og það er alveg í lagi; að reyna of mikið getur takmarkað hugsun okkar og komið í veg fyrir að ný innsýn birtist. Sama hvernig aðrir hafa látið þér líða í fortíðinni, aðgerðir þeirra skilgreina ekki hver þú ert í dag. Taktu lærdóm af sögu þinni á meðan þú ert trúr hverjum og hvaðan þú komst. Slepptu öllum sárindum sem þú hefur fundið fyrir svo þú getir byrjað að lækna og fara í jákvæðari átt.

Gakktu úr skugga um að þú eyðir nægum tíma í að kynnast fólki vel, án þess að gera ráð fyrir því. Því betur sem þú skilur hver fólk raunverulega er í kjarna þeirra, því auðveldara verður fyrir þig að hafa jákvæð áhrif á það. Jafnvel þegar þú ert týndur og ruglaður gæti grafið inn á við eða ytra leitt í ljós mikilvægari sannleika; þegar þú setur þér forsendur eða merkir fólk of fljótt mun það aðeins takmarka getu þína til að vaxa og skilja heiminn betur.

Samskipti verða lykilatriði. Þó að það gæti verið skelfilegt og krefjandi, mun það að lokum vera gagnlegt að segja sannleikann til að finna lausnir á vandamálum á skilvirkari hátt.
Þegar öllu er á botninn hvolft mun þér líða miklu betur ef þú tjáir þig og deilir sannleikanum þínum - bæði þú sjálf og aðrir munu njóta góðs af því að heyra það sem býr í huga þínum og hjarta. Ekki reyna að sannfæra aðrar leiðir en samskipti. Ekki halda neinu frá neinum sem gæti þurft á einhverju að halda; að hagræða öðrum á þennan hátt mun ekki komast nálægt því að ná varanlegum breytingum samanborið við að tala um hlutina í gegnum samræður og tala um allt við annan einstakling.

Nú er kominn tími til að nýta allan sársaukann sem þú hefur upplifað vel. Allt hefur leitt þangað sem þú ert í dag, myrkustu augnablikin sem virtust endalaus eru liðin og öll þessi skipti þegar þú vildir ekkert nema flótta færðu þig þangað sem þú ert í dag. Þó að þú viljir kannski aldrei endurtaka þessar upplifanir aftur, lærðu að vera þakklátur fyrir þær þar sem án þeirra myndi framtíð þín líklega líta allt öðruvísi út og minna gagnleg fyrir aðra.
Nú er kominn tími til að gera það sem þú vilt líklega mest af öllu - hafa áhrif á aðra! Í samfélagi nútímans er sannfæring lykilatriði og ef ekki tekst að sannfæra ákveðna einstaklinga getur það komið í veg fyrir að þú áttar þig á því sem þú virkilega þráir á

þessari ævi. Þess vegna er afar mikilvægt að fá að vita hver það er sem þú vilt sannfæra - hvort sem það er að sannfæra manninn þinn um að þú sért tilbúinn fyrir börn, eða að sannfæra heilt 100 manna söluteymi um mikilvægi þess að þrýsta meira á söluna; Að skilja þá byrjar á því að kynnast hverjir þeir eru og hvernig þeir starfa áður en þeir nálgast þá beint og prófa þá persónulega!

Á þessu stigi er nauðsynlegt að öðlast fyrst skilning á bakgrunni þeirra: aldur, kynvitund og staðsetning eru aðeins nokkrar spurningar sem þarf að fylgjast með þegar þú byggir sannfæringaraðferðir sem passa við áhugamál þín. Með því að svara slíkum fyrirspurnum nákvæmlega verður mun einfaldara að móta sannfæringaraðferðir.

Ákveðinn ágreiningur mun gegna mikilvægu hlutverki í þessum aðstæðum. Til dæmis, að nálgast 18 ára gamlan kærasta þinn fyrir $20 er töluvert frábrugðið því að biðja 80 ára gamla ömmu þína um það sama. Til að sannfæra fólk á áhrifaríkan hátt er mikilvægt að þú skiljir bæði hvað einkennir það almennt og einstaka einstaklingseinkenni þess eins og þau sem mynda persónueinkenni þess.

Þegar þú hefur skilið áhugamál þeirra og hvað gerir þá hamingjusama ætti næsta skref að vera að meta hvað myndi hvetja til sölu ef nauðsyn krefur - eins og afslátt, ókeypis eða önnur umbun fyrir að vera viðskiptavinir.
Þegar þú hefur skilið hvað þeim líkar og mislíkar ætti næsta skref að vera að bera kennsl á þá hluti sem þeim líkar ekki - eins og langur skilatími eftir að hafa keypt eitthvað, falin gjöld eða að geta ekki sérsniðið vörurnar sínar. Þegar það hefur verið auðkennt verður það einfalt að bregðast við í samræmi við það; hvenær sem eitthvað móðgar þá gefðu upp eitthvað sem þeim líkar við sem lausn; þó að þetta virðist augljóst munu margir sem reyna að hafa áhrif á aðra líta framhjá þessu skrefi.

Að lokum, vertu viss um að þú sért meðvitaður um hvernig aðrir hafa samskipti. Með því að skilja þessa dýnamík verður mun einfaldara að tryggja að þú tjáir hlutina á sama hátt með þeim. Hlustaðu alltaf á það sem hinn aðilinn er að segja og gefðu honum vettvang til að tala. Gefðu gaum ekki bara að hvaða orðum þeir nota heldur andlit þeirra þegar þeir deila upplýsingum með þér. Ef einhver telur að verið sé að hunsa hann gæti hann snúið við og mun ólíklegra að hann verði sannfærður til lengri tíma litið - í næsta kafla verður farið yfir þetta efni frekar og hvernig best er að hlúa að heilbrigðum samskiptum í lífinu.
Skilningur á grundvallaratriðum samskipta

Samskipti geta verið krefjandi fyrir okkur öll. Við fyrstu sýn kann það að virðast áreynslulaust - opnaðu bara munninn og byrjaðu að tala - en margir finna sig í erfiðleikum með að tjá hvernig þeim líður með orðum einum saman, jafnvel þó að þeir gætu upplifað það sjálfir. En því árangursríkari samskipti verða í lífinu því auðveldara verður lífið og hamingjusamari afleiðingarnar verða.

Til að bæta samskiptahæfileika þína, mundu að það þarf æfingu til að bæta hana. Það er engin töfrapilla eða leynileg leið til að bæta samstundis - til að verða betri verður þú stöðugt að hafa samskipti við annað fólk í gegnum samtöl - hvort sem er við barista á kaffihúsum eða ókunnuga á strætóskýlum, það er best að hefja lítil samtöl þegar byrjað er - ekki Ekki trufla annað fólk, leitaðu bara leiða þar sem þú getur orðað rödd þína umfram það að segja staðalinn „hvernig hefurðu það?“

Gakktu úr skugga um að þú sért á áhrifaríkan hátt að miðla tilfinningum þínum til sjálfs þíns. Jafnvel þegar við erum ein eru tilfinningar okkar stundum ekki fullkomlega skynsamlegar fyrir okkur. Ef nauðsyn krefur, byrjaðu að skrá daglega tilfinningar þínar; því meira sem þú getur unnið úr þeim á eigin spýtur með því að skrifa niður tilfinningar sem koma upp, því auðveldara verður að stjórna þeim á eigin spýtur og deila þeim á áhrifaríkan hátt með öðrum.

Þegar þú byrjar að sannfæra aðra skaltu vera á varðbergi gagnvart orðum þínum. Ekki þvinga neinn til að gera neitt eða setja hann í aðstæður þar sem þeim finnst vanmátt til að stoppa sig - forðastu setningar eins og "Þú ættir að gera þetta." Engum finnst gaman að vera sagt hvað á að gera!
Að tala fyrst um sjálfan sig kann að virðast gagnsæi, en fólk mun bregðast jákvæðari við með því að taka upp dæmi frekar en að heyra þig fyrirskipa hegðun þeirra beint. Segjum til dæmis að þú viljir sannfæra maka þinn um að fara fyrr á fætur til að draga úr streitu vegna of seint á hverjum morgni; frekar en að segja eitthvað eins og: „Þú ættir að vakna fyrr,“ gætirðu í staðinn sagt: „Með því að byrja fyrr hef ég komist að því að með því að vera minna stressaður á morgnana með því að fara fyrr á fætur hefur það dregið verulega úr streitu fyrir sjálfan mig og hjálpað til við að draga úr streitu. morgunstressið mitt fyrir vinnu!"

Að láta aðra trúa að hugmyndin þín sé þeirra mun tryggja meiri trúverðugleika sannfæringarkraftsins; fólki finnst gaman að finnast það hafa fundið það sjálft frekar en að vera þvingað til að samþykkja eitthvað gegn vilja sínum. Leyfðu þeim að vinna í gegnum það á eigin spýtur svo þeir geti sjálfir metið kosti þess og galla - þannig muntu skapa árangursríkari sannfæringarkraft frekar en að þvinga eitthvað upp á þá.

Eftir þetta skaltu gæta sérstakrar varúðar við bæði tóninn þinn og líkamstjáninguna og skapa umhverfi þar sem þeim líður vel í kringum þig. Að sýna góðvild, ást og samúð mun leyfa þeim að tengjast þér betur; ekki finna fyrir þrýstingi í stífar og harðar samskiptaaðferðir bara svo fólk geri það sem þú vilt - reyndu frekar að vera góður og blíður í staðinn og þeir munu bregðast betur við!

Gakktu úr skugga um að þú komir fram við þá sem þú ert að reyna að hafa áhrif á af
virðingu. Ekki láta þá skammast sín eða skammast sín í kringum þig ef þeir segja
eitthvað kjánalegt; byggja þá upp í staðinn og þeir munu endurgjalda þessa tegund
góðvildar í staðinn.
Hvernig á að breyta neikvæðri meðferð í jákvæða sannfæringu

Nú ættir þú að vera sérfræðingur í grunnstigi sálfræði! Allt byrjar í huga okkar og
birtist á mismunandi hátt fyrir hvern einstakling. Til þess að ná raunverulega því sem
þú þráir í þessu lífi er mikilvægt að þú byrjar að læra um annað fólk og hvernig heilinn
virkar; annars er hætta á að þú verðir fyrir óbætanlegu tjóni á sínum tíma.

Taktu allar manipulationsaðferðirnar sem þú hefur lært í fortíðinni og notaðu þær
núna til góðs. Lærðu af neikvæðri reynslu þinni svo þú getir notað þær sem
lærdómsreynslu um hvernig eigi að koma fram við aðra. Til þess að breyta neikvæðri
meðferð yfir í jákvæða sannfæringu, byrjaðu á því að hafa góðan ásetning á bak við
það sem þú vilt að aðrir samþykki - eitthvað sem er gagnkvæmt á milli beggja aðila
ætti að vera lokamarkmið hvers kyns samningaviðræðna milli ykkar beggja. Hlustaðu
vandlega þegar þú talar við aðra einstaklinga um þarfir þeirra svo þú getir náð
samkomulagi þar sem báðir geta fengið jákvæðan ávinning í staðinn frá báðum aðilum
sem taka þátt - þannig vinna báðir aðilar hvað varðar jákvæðan ávinning í einu!

Gakktu úr skugga um að þú forgangsraðar að mæta þörfum annarra fram yfir þínar
eigin. Auðvitað er mikilvægt að hugsa um sjálfan sig fyrst, en að vera ómeðvitaður um
hvernig öðrum líður mun ekki þjóna neinum vel til lengri tíma litið.

Áhrifavaldar eru leiðtogar. Ef þú ert með góðar hugmyndir sem þú vilt koma á
framfæri við annað fólk og vilt að það njóti góðs af því sem þú veist, er mikilvægt að
þú þróir og slítur jákvæða leiðtogahæfileika.

Ekki ætti að líta á aðra sem verkfæri þín eingöngu. Aðrir geta hjálpað, en þú verður að
hjálpa þeim líka. Frábær leiðtogi veit hvernig á að hvetja aðra án þess að þvinga fram
vilja þeirra; með öðrum orðum, að veita eitthvað gagnlegt í staðinn. Þó að þú gætir
fundið einhvern sem er reiðubúinn að aðstoða við að ná draumum þínum, vertu á
varðbergi gagnvart því að það komi þeim sjálfum eða þér að engu kostnaði eða
ávinningi.
Trú þín verður líka að vera hluti af þessari ferð ef þú vilt ná einhverju mikilvægu í
lífinu. Settu þig saman og miðaðu þá í kringum þetta kerfi, og árangur þinn er viss!

Vertu viss um að nota innifalið tungumál þegar þú talar við aðra, notaðu "við" tungumál og sjálfstraust þegar þú gerir það. Þeir munu líklega veita meiri athygli þegar þeir eru teknir með sem hluti af þessu ferli sjálfir.

Á þessu stigi þroska þíns er lykilþátturinn að hafa vaxtarhugsun. Að takmarka hugsanir okkar leiðir til þess að við gerum okkur grein fyrir minni möguleikum í lífinu, svo fylgstu með rannsóknum sem tengjast sannfæringu, meðferð og sálfræði almennt ásamt því að gerast áskrifandi að fréttabréfum eða tímaritum um mannsheilann til að fá dýpri innsýn í starfsemi þess.

Skoðaðu heilsuna þína reglulega. Að sjá ekki um alla þætti sjálfs þíns gæti haft alvarlega áhrif á starfsemi hugar þíns þegar við eldumst, svo nú er kominn tími til að tryggja að við undirbúum huga okkar í samræmi við það. Æfðu þig í að hafa opið sjónarhorn og hlusta vel í samskiptum við aðra; haltu áfram að læra því því meiri þekkingu sem þú safnar því meira verður enn eftir að uppgötva.

Notaðu heldur aldrei árásargirni og fortölur. Þó að ótti gæti virkað til að fá fólk til að gera það sem þú vilt tímabundið, ætti aldrei að öðlast langtíma virðingu með hræddum aðferðum einum saman. Sýndu samúð þína og skildu öðrum betur svo þeir hlusti betur þegar þeir deila því sem þeim liggur á hjarta.

Þegar maður greinir aðra manneskju er líkamstjáning lykilatriði. Eru þeir háir eða lækka þeir? Að fylgjast með augum, andliti og handleggjum einhvers getur leitt í ljós margt um hver hann raunverulega er - til dæmis gætirðu tekið eftir því að einhver sem virðist fullviss gæti í raun þjáðst af kvíða ef þú byrjar að veita athygli. Þú gætir líka uppgötvað að einhver sem þú treystir var að ljúga að þér!

Að komast að því hvað aðgreinir einhvern frá öðrum og skilja hvers vegna þeir haga sér á ákveðinn hátt getur verið erfiður, en þú munt að lokum byrja að öðlast meiri innsýn í hvers vegna einhver hagar sér svona. Þó að engar tvær manneskjur verði nokkurn tíma fullkomlega skildar, geturðu að minnsta kosti byrjað að fá innsýn í hvers vegna sumir haga sér eins og þeir gera.

Þegar þú getur greint einhvern með góðum árangri ætti næsta skref að vera að sannfæra hann um sjónarmið þín eða kröfur. Sannfæring er lykilatriði þegar reynt er að fá það sem þú vilt úr lífinu eða að minnsta kosti á skilið frá öðrum; rétt eins og við ræddum í fyrstu bók, mun lestur ekki gera neitt án þess að gripið sé til aðgerða - þó að verða meðvitaður um sjálfan þig gæti verið skelfilegur í fyrstu, þá er þetta skref nauðsynlegt í átt að því að verða meðvitaður um aðra í kringum þig og verða áhrifarík samskipti.

Fólk fylgir oft öðrum í blindni án þess að fara nokkru dýpra í sjálft sig og ögra hugsunum sínum og gera heiðarlega tilraun til að gera þetta. Þó að þetta kunni að vera krefjandi við fyrstu sýn, þá er mikilvægt að við könnum sálarlíf okkar til að lifa hamingjusamara og heilbrigðara lífi.

Minndu sjálfan þig á að það er samt hollt og eðlilegt að leyfa öðrum að hafa áhrif á þig! Hugsaðu um alla frábæru leiðtoga um allan heim sem kunna að hafa veitt öðrum innblástur með því að vekja jákvæða ástríðu og hvatningu hjá þeim sem þeir leiða - margir hafa gert nákvæmlega þetta með þig í huga!
Engum er um að kenna ef þeir verða fyrir áhrifum annarra; það sem mun skipta máli núna er hvort þessi áhrif komi í formi jákvæðs og upplífgandi innblásturs frekar en að sýsla frá einhverjum sem leitast við að skaða þig.

Þegar þú ferð um lífið skaltu hafa þetta í huga sem lykilmarkmið: notaðu heilann alltaf til góðs! Þó að þetta gæti stundum verið krefjandi, þá er það alltaf betri lausnin. Jafnvel þegar öðrum er stjórnað auðveldlega, ekki nýta slík tækifæri til að hagræða einhverjum. Þó að þetta gæti virst vera þeim að kenna að vera ekki meðvitaðri skaltu aldrei gera ráð fyrir þessu; Sumir einstaklingar hafa upplifað hluti sem hafa gert það að verkum að það er erfiðara að losna við gömul mynstur og finna heilbrigðari lausnir til að takast á við tilfinningar og hugsanir.

Alltaf að aðstoða aðra, ekki skaða þá. Jafnvel þeir sem kunna að hafa beitt þér óréttlæti í fortíðinni ættu ekki að verða skotmörk reiði þinnar; notaðu gáfur þínar til góðs, hjálpaðu þér að gera heiminn að betri stað með heilbrigðum áhrifum, og þú munt fljótlega uppgötva að allt sem þú hefur óskað þér mun koma á vegi þínum.

Allir ná árangri Byrjaðu með heilanum

Einstakur greiningaraðili eða lesandi getur fljótt greint persónuleika einstaklings með ýmsum eiginleikum, þar á meðal hvað hann eða hún gerir í frítíma sínum. Til dæmis gæti þátttaka í samfélagssóknum, sjálfboðaliðastarfi og framlag til frumkvæðis kirkjunnar leitt í ljós að þau eru góðgerðarstarfsemi. Á hinn bóginn, að djamma endalaust eða horfa á sjónvarp gæti bent til lítinn metnað og tafarlausa ánægju; jafnvel léttvægar venjur sýna margt um hver fólk raunverulega er.
Hvernig sálfræði hefur áhrif á líf okkar

Sálfræðingar eru ósammála um hvort hegðun okkar sé eingöngu ákvörðuð af erfðum eða erfðum; aðrir telja reynslu okkar frá fæðingu vera lykilþátttakendur. Aðrir halda því fram að nánasta umhverfi okkar eða reynsla móti hegðun okkar - til dæmis ef einhver verður fyrir stöðugu ofbeldi þá gæti hegðun þeirra breyst í kjölfarið. Til dæmis ef einstaklingur verður stöðugt fyrir ofbeldi þá gæti hegðun þeirra breyst í samræmi við það;
Þegar þeir vaxa úr grasi og upplifa jaðarsetningu og kynþáttafordóma vegna stéttar sinnar eða kynþáttar, geta þeir farið að fyrirlíta ríkara fólk eða að því er virðist æðri kynþáttum á meðan þeir hafa samúð með þeim sem eru kúgaðir.

Sömuleiðis geta börn sem verða fyrir viðvarandi einelti, misnotkun eða fórnarlömbum sem börn alist upp og verða sjálf einelti. Viðhorf þeirra, gildismat, persónuleiki og viðhorf mun líklega hafa myndast af svo fyrstu reynslu af ofbeldi og misnotkun snemma á lífsleiðinni.

Hefur þú rekist á fólk sem virðist ætla að lesa persónuleika sinn í gegnum stjörnumerki eða stjörnuspeki? Er þetta ekki til marks um litla sjálfsvitund og skilning? Til dæmis, fólk hefur tilhneigingu til að dragast að hlutum sem það skortir mikið af; sá sem er sviptur fullnægjandi athygli foreldra í æsku eða á unglingsárum gæti orðið einhver sem hefur gaman af leiklist og athyglisleit á fullorðinsárum, ef til vill verða sífellt dramatískari og áberandi með tímanum.

Fólksgreiningartæki ættu að vera vakandi fyrir lúmskum vísbendingum sem gætu gefið upp hver manneskjan raunverulega er. Það er nóg af merkjum að finna í kringum okkur; allt sem þú þarft að gera sem sérfræðingur er að fylgjast með.
við

Huga okkar má skipta í þrjú aðgreind lög - meðvitund, undirmeðvitund og ómeðvitaðan huga. Þar sem meðvituð meðvitund nær yfir hugsanir, gjörðir, lærdóm og reynslu af meðvitaðri meðvitund einni saman, undirmeðvitund og ómeðvituð hugur eru ríki í huganum sem geta innihaldið upplýsingar sem við gerum okkur ekki grein fyrir að séu til staðar; með meðvitundarvitund öðlumst við meðvitund um allar skynjun, tilfinningar, hugtök eða hugmyndir sem safnað er úr okkar nánasta umhverfi sem annars gætu verið óséðar eða óþekktar fyrir okkur.

Hins vegar, þegar kemur að undirmeðvitund og ómeðvitund okkar, höfum við venjulega mjög takmarkaða vitund um allar hugsanir þeirra, hugmyndir, hugtök og upplýsingar sem eru geymdar þar. Meðvitaður hugur okkar sýnir aðeins hluta af margbreytileika sínum; það eru mörg lög undir yfirborði þess sem hafa áhrif á persónuleika okkar og hegðun án þess að við gerum okkur grein fyrir því.

Byrjaðu á sjálfum þér ef þú vilt verða áhrifaríkur fólk sérfræðingur. Metið hversu mikið þú veist eða hversu vel þú skilur sjálfan þig eða þinn eigin persónuleika eða hegðunarmynstur, þar á meðal hvers kyns kveikjur sem knýja fram hegðun þína - hvaða skoðanir, ótti, hvatir eða gildi gætu verið drifin áfram slíkri hegðun?

Þegar þú hefur skilið sjálfan þig og hina ýmsu persónuleika og hegðun skaltu byrja að kanna nánustu vina og fjölskyldumeðlimi. Eftir að þessu skrefi er lokið skaltu reyna að skilja ókunnuga eins og þá sem þú sérð á meðan þú bíður á læknastofum eða flugvöllum sem og fólk sem þú hittir í fyrsta skipti í veislum eða í daglegum samskiptum - haltu áfram að æfa þessa kunnáttu þar til hún kemur af sjálfu sér og getur lesið fólki líkar fljótt og vel við sérfræðing!

Tilfinningar og mannleg hegðun

Tilfinningar eru hverful reynsla sem við höfum sem hluti af andlegri starfsemi. Þó að tilfinningar kunni að virðast skynsamlegar eða rökréttar í fyrstu, eru viðbrögð okkar stundum tilfinningaþrungin þrátt fyrir sönnunargögn gegn vininum sem er hótað eða ákærður. Til dæmis, jafnvel þegar þau eru færð sönnunargögn um rangt mál af þeirra hálfu.
Jafnvel þegar einhver svíkur okkur fyrir aftan bakið á okkur, höldum við tryggð og treystum þeim meira.

Sem manneskjur höfum við tilhneigingu til að bregðast við hvötum frekar en rökhugsun. Hegðun fólks er undir miklum áhrifum frá tilfinningum. Skilningur á þeim gefur okkur kraft til að skilja og spá fyrir um gjörðir þeirra, persónueinkenni og hegðunarmynstur. Sálfræðilegar kenningar
Klassísk skilyrðing er útbreidd sálfræðileg kenning þar sem einstaklingar læra með því að tengja ákveðna hegðun við umbun eða styrkingu, svo sem meðlæti. Sama regla er oft notuð við þjálfun dýra - til dæmis þegar þú verðlaunar hundinn þinn með nammi í

hvert sinn sem hann sækir bolta! Óhjákvæmilega mun sækja tengist skemmtun fyrir gæludýrið þitt; að lokum lærir það að sækja er nauðsynlegt ef hann vill skemmtun!

Klassísk skilyrðing spilar stóran þátt í lífi okkar sem mannanna. Frá fæðingu tengjum við grát við að fá að borða og halda hreinu; að læra stöðugt til að fá góðar einkunnir í skólanum. Klassísk skilyrðing hefur áhrif á alla þætti lífsins - börn læra að grátur þýðir að þau fái mat eða hreinsuð; nemendur uppgötva að nám skilar sér í góðum einkunnum. Þess vegna hefur klassísk skilyrðing áhrif allt lífið: sem einstaklingar lærum við hvernig á að bregðast við ákveðnum áreiti á ákveðinn hátt - sem er einn af lykilákvörðunum þegar kemur að atferlisgreiningu.

Atferli manna og lífeðlisfræði.

Rannsóknir sýna að fólk sýnir sérstök líkamleg viðbrögð við áreiti sem hægt er að nota sem vísbendingar þegar kemur að því að greina þau. Afbrotasálfræðingar nota venjulega þessa meginreglu til að skilja glæpasálfræði og hvað hvetur glæpamenn til að fremja glæpi; með líffræðileg tölfræði tækni rannsaka rannsakendur reyna að ganga úr skugga um hvort grunsamlegar hugsanir séu í samræmi við gjörðir.

Sálfræðileg og lífeðlisfræðileg tækni sameinuð eru öflug tæki til að afhjúpa hvata mannlegrar hegðunar. Líkaminn okkar sýnir sérstök lífeðlisfræðileg viðbrögð þegar einhver stundar blekkingar eða lygar, svo sem víkkaðar sjáöldur, svitamyndun eða aðrar vísbendingar um að hann gæti verið villandi eða lygi.
Hjartsláttartíðni eykst, hjartsláttarónot eykst, sviti eykst og tákippir koma oftar fyrir þegar ógnað er eða óþægilegt. Greining á fólki með því að nota lífeðlisfræðilegar eða ómállegar vísbendingar getur veitt nákvæmari greiningu; Hins vegar, eins og með allar tegundir greiningar, getur það aldrei verið 100% áreiðanlegt.

Samt sem áður hafa ekki allar tegundir samskipta hæfileika til að sannfæra fólk, þar sem sumar geta einfaldlega þjónað til að skemmta eða veita upplýsingar. Sannfæringarkraftur getur líka verið notaður sem ósmekkleg leið til að hagræða öðrum; að reyna að sannfæra aðra getur jafnvel talist fráhrindandi hegðun. Sannfæringarkraftur ætti að vera aðgreindur frá samskiptum þar sem orsök þeirra leiðir til breytinga á hegðunarbreytingum sem áhrif eða viðbrögð.

Hér munum við kanna stigin sem einstaklingur gengur í gegnum þegar hann er sannfærður. Í fyrsta lagi eru samskipti þar sem viðtakandi gefur gaum að innihaldi sem veitt er. Hann eða hún mun þá reyna að skilja alla þætti samskiptanna í heild, þar á meðal að reyna að skilja það sem ræðumaðurinn er að reyna að koma á framfæri. Þetta felur í sér að skilja hvaða niðurstöður ræðumaðurinn leggur til sem og hvers kyns sönnunargögn sem geta stutt þessa niðurstöðu. Sannfæring á sér stað þegar einstaklingur samþykkir eða samþykkir það sem verið er að veita og heldur þeim áhuga nógu lengi til að bregðast við því. Meginmarkmið sannfæringar er að einstaklingur eða hópur fólks tileinki sér ný viðhorf, svo sem að skipta um kornvörutegund vegna nýrra upplýsinga sem fram koma eða breyta trúarskoðunum. Skilyrðiskenningar Skilyrði er eitt aðalhugtakið í fortölum. Skilyrði leitast við að sannfæra einhvern um eitthvað á eigin spýtur frekar en að gefa bein fyrirmæli eins og hlýðni.

Skilyrði er mikið notað af auglýsendum í auglýsingum til að mynda jákvæð tengsl milli vörumerkis þeirra eða lógós og jákvæðra tilfinninga. Fyrirtæki grípa til auglýsinga sem hvetja áhorfendur til að hlæja, líða tilfinningar eða nota gleðilega tónlist og myndir; Þegar þessum auglýsingum lýkur sýna þær vörumerkið með von um að þessar tilfinningar tengist vöru þeirra eða þjónustu.
Bólukenning Bólukenningarinnar má oft sjá í samanburðarauglýsingum. Samkvæmt þessu hugtaki hefur annar aðilinn veik rök sem geta valdið því að trúverðugleiki þeirra skerðist og þannig valið áheyrendur þeirra æðstu rök annars aðila í staðinn.
Frásögn samgöngukenninga.

Frásagnarflutningskenningin heldur því fram að viðhorf fólks geti breyst þegar það sökkvi sér niður í sögur. Leitast er við að sýna fram á sannfæringarkraft sagna með því að útskýra hvenær einstaklingar gætu upplifað frásagnarflutning vegna þess að uppfylla ýmsar forsendur; ennfremur á sér stað flutningur frásagnar þegar hlustað er á frásagnir sem kalla fram ákveðnar tilfinningar eins og samkennd með persónum hennar.
Útdráttur úr: "Hvernig á að greina fólk og líkamstunga fyrir byrjendur. Að fá innsýn í leyndarmál líkama og heila til að öðlast ótrúlega samskiptafærni Hugarfar NLP."

ENDIRINN